വേനലിന്റെ ഓർമ്മകൾ

റാണിയും രാഹുലും

ദേവിക അരുൺ

Published on June 12

Published by

KP INTERNATIONAL PUBLICATION

Published in London

113 Oakfield Road

London E61 LN

England.

Mob-0044 7940570677,

+91 9995153455

ഉള്ളടക്കം

1.പരീക്ഷ

രാവിലെ തന്നെ ഉണർന്നു കുളി എല്ലാം കഴിയുമ്പോൾ ലഭിക്കുന്ന ഒരു ഉന്മേഷം ഉണ്ട്, അതുവരെ ഉണ്ടായിരുന്ന മടിയെല്ലാം പോയ വഴിയറിയില്ല... അടുക്കളയിൽ നിന്ന് പ്രയാണം ആരംഭിച്ച മസാല ദോശയുടെ വാസന ഒഴുകി ഒഴുകി രണ്ടു കുട്ടികൾ ഇരിക്കുന്ന ആ മുറിയിലേക്ക് സഞ്ചരിച്ചു. ആ വാസന നൽകിയ സന്തോഷവും, രാവിലെ ലഭിച്ച ആ ഉണർവും ഇരുവരുടെയും മുഖത്ത് പ്രത്യക്ഷമായി. അമ്മ ഇനി ദോശയുണ്ടാക്കി വരുമ്പോഴേക്കും ഒരു സമയമാകും എന്ന് തിരിച്ചറിഞ്ഞ രാഹുൽ പഠിക്കാൻ തുടങ്ങി. അവൻറെ പതിനൊന്ന് വയസ്സുകാരിയായ അനിയത്തി, റാണി അവൻറെ അടുത്തിരുന്ന് എന്തൊക്കെയോ ചെയ്യുന്നുണ്ടായിരുന്നു...

രണ്ടു ദിവസങ്ങളും കൂടി കഴിഞ്ഞാൽ വേനൽ പരീക്ഷകൾ ആരംഭിക്കും. വേനൽ ചൂടിലും അവധിക്കാലത്തെക്കുറിച്ച് ആലോചിക്കുമ്പോൾ കിട്ടുന്ന ആ സന്തോഷം മറ്റെങ്ങും കിട്ടില്ല. രാഹുലിന് എല്ലാ പാഠങ്ങളും ഒരുവട്ടം കൂടി പഠിച്ചാൽ മാത്രം മതി. എന്നാൽ അവന്റെ അനുജത്തി റാണി കുറച്ചു ദിവസങ്ങളായി ഒന്നും പഠിക്കുന്നത് കാണാറില്ല. റാണി ഒരു മിടുക്കി കുട്ടിയാണ് . കുഞ്ഞുനാൾ മുതൽക്കേ അവരുടെ താമസം ഫ്ലാറ്റിലാണ്. മുത്തശ്ശനും മുത്തശ്ശിയും ഗ്രാമത്തിലാണ് താമസമെങ്കിലും അവർക്ക് രണ്ടുപേർക്കും ഗ്രാമവും നാടും ഒന്നും അത്ര പരിചയം ഇല്ല. ഇപ്പോൾ തന്നെ മുത്തശ്ശനെയും മുത്തശ്ശിയേയും കണ്ടിട്ട് കുറേ വർഷങ്ങളായി.

അങ്ങനെയിരിക്കെയാണ് ആ ദിവസം വന്നത്. അവർ പഠിക്കാനിരിക്കുന്ന സമയത്ത് അപ്പുറത്തെ മുറിയിൽ നിന്ന് ആരൊക്കെയോ സംസാരിക്കുന്ന ശബ്ദം കേട്ടു. അവർ രണ്ടുപേരും കാതോർത്തിരുന്നു. അത് അച്ഛനും അമ്മയും സംസാരിക്കുന്ന ശബ്ദമായിരുന്നു. ഇടയ്ക്കിടെ 'റാണി' 'രാഹുൽ' എന്ന് പറയുന്നതും കേൾക്കുന്നുണ്ടായിരുന്നു. രണ്ടു കുട്ടികളും ആകാംക്ഷയോടെ കേട്ടുനിൽക്കുകയായിരുന്നു. അവർ പറയുന്നതൊന്നും വ്യക്തമായി കേൾക്കുന്നുണ്ടായിരുന്നില്ല.

റാണിക്ക് ഇനിയും കേട്ടുനിൽക്കാൻ ആവില്ല. അച്ഛനും അമ്മയും എന്താണ് പറയുന്നത് എന്ന് അവൾക്ക് അറിയണം. തിടുക്കവും ആകാംക്ഷയും അവളുടെ നിത്യ സുഹൃത്തുക്കൾ

ആയിരുന്നു..അതുകൊണ്ട് അവൾ പതുക്കെ പതുക്ക അപ്പുറത്തെ മുറിയുടെ അടുത്ത് നിന്ന് കേൾക്കാൻ ഓടിച്ചെന്നു.

അവളുടെ കൈകൾ വാതിലിന്റെ അടുത്ത് പിടിച്ച്, അവളുടെ കണ്ണുകൾ ആ മുറിയിലേക്ക് ദൃഷ്ടി പടർത്തി. അവൾ അവളുടെ കാത് തുറന്നു പിടിച്ചു. അവിടെ ശബ്ദമുണ്ടാക്കാതിരിക്കാൻ അവൾ പരമാവധി ശ്രമിച്ചു. അപ്പുറത്തെ മുറിയിൽ ഇരുന്ന് രാഹുൽ ഇതെല്ലാം കാണുന്നുണ്ടായിരുന്നു.

രാഹുലിന് സത്യത്തിൽ ആ കാഴ്ച കണ്ടിട്ട് ചിരിയാണ് വന്നത് . പതിനൊന്ന് വയസ്സുകാരിയായിട്ടും അതിന്റെ യാതൊരു പക്വതയും ഇല്ലാതെ, കുട്ടിക്കളിമാറാത്ത കുട്ടിയാണ് റാണി.

മുന്നിൽ തുറന്നു വച്ചിരിക്കുന്ന പുസ്തകം കണ്ടപ്പോഴാണ് രാഹുലിന് വീണ്ടും പരീക്ഷയുടെ കാര്യം ഓർമ്മ വന്നത്.

കുറച്ചു ദിവസങ്ങളായി റാണി പഠിക്കുന്നതെ കാണുന്നില്ല...അവൻ റാണിയെ വിളിച്ചു. വാതിലിന്റെ അടുത്തുനിന്ന് ഇതുവരെ ആകാംക്ഷ ഭരിതമായി കേട്ടുകൊണ്ടിരുന്നത് ഉപേക്ഷിച്ച് അവൾ ദേഷ്യത്തോടെ തിരികെ വന്നു. രാഹുലിന്റെ അടുത്തിരുന്നു. "എന്തിനാണ് എന്നെ വിളിച്ചത്? അമ്മ എന്താ പറയുന്നത് എന്ന് കേൾക്കാൻപോയതായിരുന്നു , അപ്പോഴാണ് ചേട്ടൻറെ വിളി."

രാഹുൽ ഈ വാചകം പ്രതീക്ഷിച്ചതാണ്. കാരണം, റാണി ഏറെ ശ്രദ്ധയോടുകൂടി ഒരു കാര്യം ചെയ്യുമ്പോൾ അവളെ ആരും ശല്യപ്പെടുത്തുന്നത് അവൾക്ക് ഇഷ്ടമല്ല. എന്നാലും രാഹുലിന്റെ മനസ്സിലെ ഈ ചോദ്യം അവന് ചോദിക്കാതിരിക്കാൻ കഴിഞ്ഞില്ല.

അവൻ ചോദിച്ചു "റാണി, കുറച്ചു ദിവസങ്ങളായി നീ പഠിക്കുന്നതൊന്നും ഞാൻ കാണാറില്ല"

റാണി ഒരു പുഞ്ചിരിയോടെ ഉത്തരം നൽകി "എന്റെ ചേട്ടാ, എന്തിനാണ് പഠിക്കുന്നത്? എൻറെ അടുത്തിരിക്കുന്ന കുട്ടി എനിക്കെല്ലാം പറഞ്ഞുതരും."

മുൻപിൽ നിൽക്കുന്നത് റാണി തന്നെയാണോ എന്ന് ആ പ്രതികരണം കേട്ടപ്പോൾ രാഹുലിന് തോന്നിപ്പോയി. അവൾക്ക് കാര്യങ്ങൾ എങ്ങനെ പറഞ്ഞു മനസ്സിലാക്കി കൊടുക്കണമെന്ന് അവനറിയില്ലായിരുന്നു.

ആ സമയം കൊണ്ട് റാണി അടുക്കളയിലേക്ക് ഓടിയിട്ടുണ്ടായിരുന്നു. റാണിക്ക് കാര്യത്തിന്റെ ഗൗരവത്തെ കുറിച്ച് പറഞ്ഞു മനസ്സിലാക്കികൊടുക്കണം, എന്നാൽ എങ്ങനെ..? വെറുതെ കാര്യങ്ങൾ പറഞ്ഞു കൊടുത്താൽ അവൾക്ക് മനസ്സിലാകുമോ? അവളുടെ മനസ്സിൽ ഇങ്ങനെയൊരു ചിന്ത ഇങ്ങനെ കടന്നുവന്നു?

കുറച്ചു നേരം ആലോചിച്ചു. അപ്പോഴാണ് അവന് ഒരു ഉപായം തോന്നിയത്. റാണി അടുക്കളയിൽ നിന്ന് ഒരു പാത്രം നിറയെ മുറുക്കുമായി ഓടിവന്നു. അവൾ രാഹുലിനും ഒരു മുറുക്ക് കൊടുത്തു.

അവനത് മാറ്റിവെച്ചു എന്നിട്ട് അവളോട് ചോദിച്ചു "റാണി നീ എന്താണ് പഠിക്കുന്നതിന് പകരം നോക്കി എഴുതാൻ തീരുമാനിച്ചത്?"

റാണി ഒരു നിമിഷം പോലും പാഴാക്കാതെ ഉത്തരം നൽകി "ചേട്ടാ , പഠിക്കാനെന്ത് പാടാണ്, കുറെ പുസ്തകങ്ങൾ നോക്കണം, അതിന്റെ അർത്ഥം മനസ്സിലാക്കണം, അങ്ങനെ പലതും. എന്നാൽ നോക്കി എഴുതാൻ എന്തെളുപ്പമാണ്. മറ്റുള്ള കുട്ടികൾ പറഞ്ഞുതരുന്നു, നമ്മൾ എഴുതുന്നു... അത്രേയുള്ളൂ."

റാണിയുടെ മനസ്സിൽ ഇപ്പോൾ എന്താണെന്ന് രാഹുലിന് മനസ്സിലായി. അവൾ എളുപ്പവഴികളെ കുറിച്ചാണ് ചിന്തിച്ചത് , എന്നാൽ അത് ശരിയാണോ തെറ്റാണോ എന്നൊന്നും ചിന്തിച്ചില്ല.

രാഹുൽ ഒരു കള്ളച്ചിരിയോടുകൂടി പറഞ്ഞു "എൻറെ റാണി, എന്നാൽ എൻറെ അഭിപ്രായം മറിച്ചാണ്. നോക്കി എഴുതാൻ എന്ത് പാടാണ്, അധ്യാപകരുടെയും അടുത്തിരിക്കുന്ന കുട്ടികളുടെയും കണ്ണിൽപെടാതെ ശ്രദ്ധിച്ച്, ഓരോ നിമിഷവും അവരുടെ ദൃഷ്ടിയിൽ പെടുന്നുണ്ടോ എന്ന് ഭയന്ന് കഷ്ടപ്പെട്ട് ആ ഉത്തരങ്ങൾ എഴുതിക്കഴിഞ്ഞാൽ തന്നെ അത് ശരിയാണോ എന്ന് നമുക്ക് എങ്ങനെ അറിയാൻ സാധിക്കും . ഇങ്ങനെ പരീക്ഷ എഴുതിയാൽ ഭയം മാത്രമാണ് അതിന്റെ പ്രതിഫലം. എന്നാൽ പഠിച്ചെഴുതാൻ എന്തെളുപ്പമാണ്, പുസ്തകങ്ങളിൽ നിന്ന് എല്ലാ അർത്ഥങ്ങളും മനസ്സിലാക്കി പഠിക്കുമ്പോൾ അറിവ് നേടിയതിന്റെ ഒരു സന്തോഷവും, സംതൃപ്തിയും ലഭിക്കും. പിന്നെ നമ്മളെ പരീക്ഷിക്കാനായുള്ള പരീക്ഷയെ നമ്മളെല്ലാം പഠിച്ചു കഴിഞ്ഞെങ്കിൽ ഭയക്കേണ്ട ആവശ്യകത എന്താണ്?"

രാഹുൽ ഈ പറഞ്ഞത് കേട്ട് റാണിക്ക് അത്ഭുതം തോന്നി. രാഹുൽ പറഞ്ഞത് അവളുടെ മനസ്സിൽ മുഴങ്ങിക്കൊണ്ടിരിക്കുകയായിരുന്നു.

അവൾ മനസ്സിൽ ഒരിക്കലും പ്രതീക്ഷിച്ചിരുന്നില്ല നോക്കി എഴുതാൻ ഇത്ര പാടാണെന്ന്.

രാഹുൽ തുടർന്നു"എന്തായാലും നിന്റെ ഇഷ്ടം പോലെ നടക്കട്ടെ, നീ നോക്കി എഴുതുന്നത് ഒരു അധ്യാപികയൊ, കുട്ടിയൊ കണ്ടാൽ എന്താകുമെന്നോ...? നിന്നെ സ്കൂളിൽ നിന്ന് പിരിച്ചുവിടും, അങ്ങനെ നടക്കുമ്പോൾ അമ്മയുടെയും അച്ഛനെയും കയ്യിൽ നിന്ന് വഴക്ക് കിട്ടണമെന്ന് നിയമമാണല്ലോ..അപ്പോൾ അതും കിട്ടും. പിന്നെ പഠിക്കാനും കഴിയില്ല, നിന്നെ പിന്നെ ഒരു സ്കൂളിലും എടുക്കില്ല. അപ്പോൾ വെറുതെ വീട്ടിൽ ഇരിക്കാം."

രാഹുൽ ഇതും കൂടി പറഞ്ഞപ്പോൾ റാണിക്ക് ആകെ ഭയം തോന്നി. താൻ ഇത്ര വലിയ തെറ്റാണല്ലോ ചെയ്യാൻ പോയത് എന്നോർത്ത് അവൾ വിഷമിച്ചു.

അവൾ ഒന്നു ചിന്തിച്ചു എന്നിട്ട് പറഞ്ഞു"ഞാൻ ഒരിക്കലും പ്രതീക്ഷിച്ചിരുന്നില്ല നോക്കി എഴുതാൻ ഇത്ര പാടാണെന്ന്. പഠിക്കുന്നതാണ് ഇതിലും നല്ലത്."ഇത് പറഞ്ഞതും റാണി മുറിയിലേക്ക് ഒറ്റ ഓട്ടം.

അവൾ പുസ്തകം എടുത്തു പഠിക്കാൻ തുടങ്ങി.

രാഹുൽ സ്വയം പറഞ്ഞു"അവൾ ചിന്തിച്ചത് എളുപ്പവഴികളെ കുറിച്ചാണ് എന്നാൽ എളുപ്പവഴികൾക്ക് അതിന്റേതായ കുഴപ്പങ്ങൾ ഉണ്ടാകും. എല്ലാവരും ചിന്തിക്കുന്നത് എളുപ്പവഴികളിലൂടെ കാര്യങ്ങൾ സാധിക്കുന്നതിനെ കുറിച്ചാണ്. എന്നാൽ ആ എളുപ്പവഴി ശരിയാണോ തെറ്റാണോ എന്ന് ആരും ചിന്തിക്കാറില്ല."

അവൻ ഇത് പറഞ്ഞു നാക്കെടുത്തതും ദാ ഒരു കുഞ്ഞ് കൈ വാതിലിലൂടെ അകതെക്ക് തള്ളി വരുന്നു.

അതേ അത് റാണിയുടെ കൈകളായിരുന്നു. അവൾ രാഹുൽ പറയുന്നതെല്ലാം കേട്ട് നിൽക്കുകയായിരുന്നു. അവളുടെ മുഖം വാടി നിൽക്കുകയായിരുന്നു.

അവൾ പറഞ്ഞു"ഞാനൊരു വലിയ തെറ്റാണ് ചെയ്തത്"

രാഹുൽ അവളോട് ഒരു പുഞ്ചിരിയോടെ പറഞ്ഞു"നീ ചിന്തിച്ചതായിരുന്നു തെറ്റ്, എന്നാൽ അത് പ്രവർത്തിച്ചിട്ടില്ല. എന്തുതന്നെയായാലും ഒരു തെറ്റ് തിരുത്താനുള്ള മനസ്സാണ് വേണ്ടത്..

അതുകൊണ്ട് വിഷമിക്കാതെ പോയിരുന്ന് പഠിച്ചോ...ഞാനും നിന്നെ സഹായിക്കാം..."

അവനിത് പറഞ്ഞതും റാണി അവനെ കെട്ടിപ്പിടിച്ചു.

പെട്ടെന്ന് ആരോ നടന്നുവരുന്ന ശബ്ദം കേട്ടു. അവർ തിരിഞ്ഞു നോക്കിയതും അച്ഛനും അമ്മയും അപ്പുറത്തെ മുറിയിൽ നിന്നും നടന്നു വരുന്നു. രണ്ടുപേരുടെയും മുഖത്ത് എന്തോ ഒരു കള്ള ലക്ഷണം ഉണ്ടായിരുന്നു. അവർ വന്നത് സന്തോഷവാർത്ത കൊണ്ടാണോ അതോ.......

2.മാലിന്യമോ ആരോഗ്യമോ

അമ്മയുടെയും അച്ഛന്റെയും മുഖത്തെ ഭാവം കണ്ട് പറയാനുള്ള വാർത്ത സന്തോഷ വാർത്തയായിരിക്കുമോ.. അല്ലയോ എന്ന് കണ്ടുപിടിക്കാനായുള്ള ശ്രമത്തിലാണ് റാണി. രണ്ടു കുട്ടികളുടെയും ആകാംക്ഷയെ കുറിച്ച് അറിയാവുന്നതിനാൽ അമ്മ അധികം ദീർഘിപ്പിക്കാതെ കാര്യം പറഞ്ഞു. കുട്ടികൾ കാതോർത്ത് നിന്നു. "എൻറെ ജോലിയെ കുറിച്ച് നിങ്ങൾക്കറിയില്ലേ, ഇടയ്ക്കിടെ വിദേശ രാജ്യങ്ങളിലൊക്കെ പോകാൻ അവസരം വരും. അതുകൊണ്ട് ഇപ്രാവശ്യം എനിക്ക് ജോലിയുടെ ഭാഗമായി ഒരു വിദേശ രാജ്യത്തേക്ക് പോണം."

അവധിക്കാലത്ത് വിദേശയാത്രയെ കുറിച്ച് ആലോചിക്കുമ്പോൾ ഏതൊരു കുട്ടിയുടെ മനസ്സാണ് സന്തോഷം കൊണ്ട് നിറയാത്തത് ? കുറേക്കാലമായി പുറത്തേക്കൊക്കെ ഒന്ന് പോയിട്ട്. ഇനി വിദേശയാത്രയെ കുറിച്ച് ആലോചിക്കുമ്പോൾ പരീക്ഷയ്ക്ക് പഠിക്കാൻ കുറച്ചുകൂടി ഉത്സാഹം ലഭിക്കും. എന്നാൽ അമ്മയുടെയും അച്ഛന്റെയും മുഖത്ത് ഇപ്പോഴും സന്തോഷത്തിന്റെ ഒരംശം പോലും ഇല്ല. ഇനിയും എന്താ വാർത്ത?

അമ്മ തുടർന്നു"പക്ഷേ.... കുടുംബത്തിൽ നിന്ന് ഒരാളെ മാത്രമാണ് കൊണ്ടുപോകാൻ കഴിയുള്ളൂ. അവിടെ ഞാൻ ജോലിക്ക് പോകുമ്പോൾ വീട്ടിലെ കാര്യങ്ങളൊക്കെ നോക്കാൻ ഒരു സഹായത്തിന് അച്ഛനെ കൊണ്ടുപോകുന്നതല്ലേ നല്ലത്. അത്... പിന്നെ അവിടെ കാഴ്ചകൾ കാണാൻ ഒന്നും സമയമില്ല. ജോലിക്ക് പോകാൻ അല്ലേ പോകുന്നത്."

അമ്മയെ പിന്താങ്ങി അച്ഛൻ പറഞ്ഞു"പിന്നെ അവിടെ പ്രത്യേകിച്ച് കാണാൻ ഒന്നുമില്ല. ജോലിയുടെ ആവശ്യത്തിനല്ലേ പോകുന്നത്. ഞാൻ വീട്ടിൽ വെറുതെ ഇരുന്നു മടുക്കും പക്ഷേ നിങ്ങൾക്ക് അതേ സമയം ഇവിടെ കളിക്കാലോ. അല്ലാതെ ടൂർ പോകുവാണെങ്കിൽ നിങ്ങളെ വിളിക്കാതെ ഞങ്ങൾ പോകുമോ?.."

ഇത്രയും നേരം കെട്ടിപ്പടുത്ത വിദേശ സ്വപ്നങ്ങൾ ഈ വാചകങ്ങൾ കേട്ടതും തകർന്നു. മുതിർന്നവർ കുട്ടികളെ ആശ്വസിപ്പിക്കാനായി പറയുന്നത് പെട്ടെന്ന് തിരിച്ചറിയാനുള്ള കഴിവ് കുട്ടികൾക്കുണ്ട്, അതുപോലെതന്നെ അച്ഛനും അമ്മയും വെറുതെ അവരെ

ആശ്വസിപ്പിക്കാനാണ് ഇത്രയും പറഞ്ഞതെന്ന് റാണിക്കും രാഹുലിനും മനസ്സിലായി. തെളിഞ്ഞിരുന്ന റാണിയുടെയും രാഹുലിന്റെയും മുഖം ഒറ്റ നിമിഷം കൊണ്ട് ഇരുണ്ടു.

ആ സങ്കടം കാണാൻ അച്ഛനും അമ്മയ്ക്കും കഴിഞ്ഞില്ല. അവരെ ആശ്വസിപ്പിക്കാൻ വേണ്ടി അച്ഛൻ പറഞ്ഞു"ഞങ്ങൾ അവിടെ ജോലി എടുക്കാൻ വേണ്ടിയാണ് പോകുന്നത്, എന്നാൽ റാണിക്കും രാഹുലിനും അവധിക്കാലം ആസ്വദിക്കേണ്ടേ.., അതുകാരണം നിങ്ങളെ രണ്ടുപേരെയും മുത്തശ്ശന്റെയും മുത്തശ്ശിയുടെയും തറവാട്ടിൽ കൊണ്ട് ആക്കാം എന്നാണ് ഞങ്ങൾ വിചാരിക്കുന്നത്."

അത് രണ്ടു കുട്ടികളുടെയും ശ്രദ്ധ ആകർഷിച്ചു. വിദേശയാത്രയേക്കാൾ എന്ത് രസകരമായിരിക്കും ഗ്രാമത്തിലേക്കുള്ള ആ യാത്ര. വിദേശത്ത് പോയില്ലെങ്കിലും വേണ്ട, മുത്തശ്ശന്റെയും മുത്തശ്ശിയുടെയും വീട്ടിലേക്ക് പോകാൻ രണ്ടുപേർക്കും നല്ല ആവേശമാണ്.

റാണി സന്തോഷം കൊണ്ട് ചാടി തുള്ളി അമ്മയോട് പറഞ്ഞു"നിങ്ങൾ രണ്ടുപേരും എവിടെയാണെന്ന് വച്ചാലും പൊക്കോളു.. ഞങ്ങളെ മുത്തശ്ശിയുടെയും മുത്തശ്ശന്റെയും വീട്ടിൽ ആക്കിയാൽ മാത്രം മതി." എല്ലാവർക്കും സന്തോഷം ആയി. രാഹുലിനെയും റാണിയെയും ഇത്ര പെട്ടെന്ന് കാര്യങ്ങൾ പറഞ്ഞു മനസ്സിലാക്കാൻ സാധിക്കുമെന്ന് അമ്മയും അച്ഛനും ഒരിക്കലും കരുതിയിരുന്നില്ല.

ദിവസങ്ങൾ കടന്നുപോയി, പരീക്ഷയുടെ ചൂടെല്ലാം അങ്ങ് ആറി . രാഹുലും റാണിയും മുത്തശ്ശിയുടെയും മുത്തശ്ശന്റെയും വീട്ടിലേക്ക് പോകാനുള്ള ഒരുക്കത്തിലാണ്. രണ്ടുപേർക്കും സന്തോഷം കൊണ്ട് ഇരിക്കാൻ കഴിഞ്ഞില്ല.

അതേസമയം അമ്മയ്ക്കും അച്ഛനും രാഹുലിനെയും റാണിയെയും പിരിഞ്ഞിരിക്കുന്നതിനെ കുറിച്ചോർത്ത് സങ്കടവും പിന്നെ വിദേശത്ത് പോകാനുള്ള ആകാംക്ഷയും രണ്ടും ഒരേ സമയത്തുണ്ടായിരുന്നു.

കുട്ടികളുടെ മുറിയാണെങ്കിൽ ആകെ വൃത്തിയില്ലാതെ കിടക്കുകയായിരുന്നു. എന്തൊക്കെ എടുക്കണം, എന്തൊക്കെ എടുക്കേണ്ട എന്നുള്ള ചിന്തയിൽ ആയിരുന്നു രണ്ടുപേരും.

റാണിക്ക് ഇരുന്നിട്ട് ഇരിപ്പ് അങ്ങ് ഉറയ്ക്കുന്നില്ല. അവൾ അവളുടെ ചോദ്യങ്ങൾ ആരംഭിച്ചു"അവിടെ എല്ലാവർക്കും സുഖമായിരിക്കുമോ?"രാഹുൽ ഇത് നേരത്തെ പ്രതീക്ഷിച്ചതാണ്.

അവൾ ഇനിയും ചോദ്യങ്ങൾ ചോദിക്കുന്നതിനു മുമ്പ് അവൻ ഉത്തരം നൽകി"നമുക്കെല്ലാ കാര്യങ്ങളും അവിടെ ചെന്നിട്ട് തിരക്കാം."

ഈ ചോദ്യങ്ങൾ കാരണം റാണിക്ക് ഇടയ്ക്കിടെ രാഹുലിന്റെ കൈയിൽ നിന്നും വഴക്ക് കിട്ടാറുണ്ട്, കാരണം റാണിയുടെ ചോദ്യങ്ങളും ആകാംക്ഷയും ഇടയ്ക്ക് അമിതമാവാറുണ്ട്. മറ്റൊരു കാരണം എന്തെന്ന് വെച്ചാൽ ഉത്തരങ്ങൾ അറിയില്ലാതെ വരുമ്പോൾ അവൾ രാഹുലിനെ കളിയാക്കാറുണ്ട് അത് ഒഴിവാക്കാൻ കൂടിയാണത്. എന്നാൽ രാഹുലിന്റെ തന്ത്രപരമായ ഒരു മറുപടിയോടുകൂടി അവളുടെ മനസ്സിലെ എല്ലാ ചോദ്യങ്ങളും ഒന്ന് ശാന്തമായി .

എന്നാൽ റാണിയുടെ മനസ്സിൽ ഇപ്പോൾ അഭിമാനത്തോടുകൂടി നിൽക്കുന്ന മലനിരകളും, അതിൻറെ അരുകിൽ കൂടി എങ്ങോട്ടെന്നില്ലാതെ കളിച്ചു ചിരിച്ചു ഒഴുകുന്ന പുഴയും, കൗതുകത്തോടുകൂടി നോക്കി നിൽക്കാനായി കാടുകളും, ഓടിക്കളിക്കാൻ വേണ്ടി മാത്രം എന്ന് വിശ്വസിക്കപ്പെടുന്ന പാടങ്ങളും ഒക്കെ ചേർന്ന ഒരു ഗ്രാമമാണ്. മുത്തശ്ശനും മുത്തശ്ശിയും താമസിച്ചു കൊണ്ടിരിക്കുന്ന രാമമന ഗ്രാമം. പ്രകൃതിരമണീയതയിൽ മുങ്ങിയ ഗ്രാമവും പിന്നെ നഗരവും തമ്മിൽ ഒരുപാട് വ്യത്യാസങ്ങളുണ്ട്.

   അവരുടെ നാട്ടിലെ കൂട്ടുകാരോടൊപ്പം വയലിൽ പോയി കളിക്കാനും മറ്റും അവർക്ക് നല്ല ആകാംക്ഷയാണ്. സമയം റാണിക്കും രാഹുലിനും വേണ്ടി വേഗത്തിൽ ചലിച്ചു ആ ദിവസം അങ്ങനെ എത്തിച്ചേർന്നു. രണ്ടു കുട്ടികളും പോകാൻ തയ്യാറായി. അച്ഛനായിരുന്നു കാർ ഓടിച്ചത്. വണ്ടിയിലിരുന്ന് സന്തോഷം സഹിക്കാൻ കഴിയാതെ രണ്ടു കുട്ടികളും വണ്ടിയുടെ റേഡിയോയിൽ നിന്ന് കേൾക്കുന്ന പാട്ടുകൾ പാടിയും കളിച്ചുമൊക്കെ യാത്ര ആരംഭിച്ചു.

എന്തൊക്കെയായാലും വണ്ടിയുടെ അകത്തിരുന്നിട്ടും റാണിയുടെ ചോദ്യങ്ങൾ നിന്നില്ല. അവൾ അവളുടെ ചോദ്യങ്ങൾ ആരംഭിച്ചു "അവിടെ എല്ലാവരും എന്തു ചെയ്യുകയായിരിക്കും, നമ്മുടെ പറമ്പിലും ഇപ്പോൾ എന്തൊക്കെ മാറ്റമുണ്ടാകും?"റാണിയുടെ ഇത്രയും ചോദ്യങ്ങൾക്ക് ഒരുമിച്ച് ഉത്തരങ്ങൾ നൽകാൻ രാഹുലിനും കഴിഞ്ഞില്ല.

അവൻ കുറച്ചു നേരം മിണ്ടാതിരുന്നു . അവൻറെ മൗനം കണ്ട് റാണി മിണ്ടാതായി. എന്നാൽ അതിൻറെ അർത്ഥം അവളുടെ ചോദ്യങ്ങൾ കഴിഞ്ഞു എന്നല്ല, തൻറെ മനസ്സിൽ ഓരോ ചോദ്യങ്ങൾ ചോദിച്ചു

കൊണ്ടിരുന്നു അവൾ. റാണിയെ നിശബ്ദയാക്കാനുള്ള ഒരേയൊരു തന്ത്രവിദ്യ ഇതാണെന്ന് രാഹുലിന് അറിയാം.

വണ്ടി പോയിക്കൊണ്ടിരുന്നു . വീട്ടിൽ എപ്പോൾ എത്തും എന്നുള്ള ആശങ്കയിലായിരുന്നു റാണി. അങ്ങനെ കാറ് ഒരു ബോർഡിന്റെ അരികിൽ കൂടെ പാഞ്ഞു പോയി, ആ ബോർഡിൽ എഴുതിയിരുന്നത് 'രാമമന പഞ്ചായത്തിലേക്ക് സ്വാഗതം'. അതിന്റെ അർത്ഥം വീട് എത്താറായി എന്നാണ്.

അങ്ങനെ പ്രതീക്ഷിച്ചു നിന്ന ആ നിമിഷം അങ്ങ് എത്തി. കാറ് തറവാട് മുറ്റത്ത് എത്തി. സന്തോഷത്തോടെയും പ്രതീക്ഷയോടെയും റാണിയും രാഹുലും കാറിൽ നിന്ന് പുറത്തേക്ക് ഇറങ്ങി.

മരങ്ങളും പുല്ലുകളും പൂക്കളുമൊക്കെ പ്രതീക്ഷിച്ചെത്തിയ അവരെ സ്വീകരിച്ചത് മറ്റൊന്നായിരുന്നു. ഇവയുടെ എല്ലാം സ്ഥാനത്ത് പ്ലാസ്റ്റിക് മാലിന്യങ്ങൾ ആസനസ്ഥരായി. മണ്ണ് ആകെ വരണ്ടിരിക്കുന്നു, ഇതെല്ലാം കണ്ടു മണ്ണ് ക്രോധിതനായതായിരിക്കുമോ? പശുക്കളും, ആടുകളും ഒക്കെ നിന്നിരുന്ന മുറ്റത്തും, പറമ്പിലും ഒക്കെ അവയുടെ സാന്നിധ്യമേ ഇല്ല..

മുത്തശ്ശനും, മുത്തശ്ശിയും, കൂട്ടുകാരും സ്വീകരിക്കാനായി എത്തിയെങ്കിലും റാണിയുടെയും രാഹുലിന്റെയും ശ്രദ്ധ ആകർഷിച്ചത് ആ കാഴ്ച തന്നെയായിരുന്നു. റാണിക്കാകെ സങ്കടമായി, അവളുടെ മുഖത്ത് അത് വ്യക്തമായിരുന്നു. അവൾക്ക് മറ്റു വിശേഷങ്ങൾ ഒന്നും തിരക്കാൻ തോന്നിയില്ല. അവൾ മുത്തശ്ശിയോട് ചോദിച്ചു "ഇതെല്ലാം എന്താണ് മുത്തശ്ശി?"

 കുട്ടികളെ കുറെ നാളുകൾക്ക് ശേഷം കണ്ടതിന്റെ സന്തോഷത്തിൽ മുത്തശ്ശി അവരെ കെട്ടിപ്പിടിച്ചു. ആ സന്തോഷം വിവരിക്കാൻ വാക്കുകളില്ല. കുട്ടികളെ നല്ലവണ്ണം അറിയാവുന്നതിനാൽ തന്നെ അവരുടെ ഭാഗത്ത് നിന്ന് മുത്തശ്ശി ഈ ചോദ്യം പ്രതീക്ഷിച്ചതാണ്. "എല്ലാം ഞാൻ വിശദമായി പറയാം... ആദ്യം നിങ്ങൾ അകത്തേക്ക് വരൂ."

 കാര്യമെന്തെന്ന് അറിയാനുള്ള ധൃതിയിൽ അവർ കൂട്ടുകാരോട് വൈകുന്നേരം കളിക്കാൻ കണ്ടുമുട്ടുമ്പോൾ അവരുടെ ആസ്ഥാന ചർച്ചകളിലേക്ക് കിടക്കാം എന്ന് പറഞ്ഞു. അതേസമയം അച്ഛനും അല്ലസമയം മുത്തശ്ശനും മുത്തശ്ശിയുമായി സംസാരിച്ചും,

രാഹുലിനോടും റാണിയോടും നല്ല കുട്ടികളായി പെരുമാറണം എന്ന
താക്കീത് നൽകി കഴിഞ്ഞു വീട്ടിലേക്ക് തിരിച്ചു.

കുളി എല്ലാം കഴിഞ്ഞ് കുട്ടികൾ മുത്തശ്ശനെയും മുത്തശ്ശിയെയും
തപ്പിയിറങ്ങി. ഇരുവരും അകത്തിരിക്കുന്നുണ്ടായിരുന്നു.
തൊട്ടപ്പുറത്തെ മേശയിൽ മുത്തശ്ശിയുടെ വക പലതരത്തിലുള്ള
പലഹാരങ്ങൾ നല്ല ഭംഗിയിൽ അലങ്കരിച്ചു വച്ചിട്ടുണ്ടായിരുന്നു.
കുട്ടികളുടെ വരവിനെ കുറിച്ച് അറിഞ്ഞപ്പോൾ മുത്തശ്ശി
സന്തോഷത്തോടുകൂടി അവർക്കുവേണ്ടി ഉണ്ടാക്കിയതാണ് അവ.
അവൻറെ ശ്രദ്ധ പലഹാരങ്ങളിലേക്ക് പോകാതെ അവരുടെ
മുൻപിലുള്ള പ്രശ്നത്തിലേക്ക് മാത്രം
കേന്ദ്രീകരിച്ചിരിക്കുകയായിരുന്നു രാഹുൽ. എന്നാൽ റാണി ഒന്നോ
രണ്ടോ കപ്പവറുത്തതൊക്കെ എടുത്ത് കയ്യിൽ പിടിച്ച് നല്ലവണ്ണം
ആസ്വദിച്ച് കഴിച്ചു. സാധാരണ ചോദ്യങ്ങൾ ചോദിക്കാറുള്ള റാണി
നിശബ്ദയായയതിനാൽ രാഹുൽ അവന്റെ ചോദ്യങ്ങൾ ചോദിച്ചു
"മുത്തശ്ശ.. നമ്മുടെ ഗ്രാമത്തിന് ഇത് എന്തുപറ്റി?"

കുട്ടികൾ ഈ കാഴ്ച കാണേണ്ടിവന്നതിലുള്ള സങ്കടം
ബോധിപ്പിച്ചുകൊണ്ടുതന്നെ മുത്തശ്ശൻ പറഞ്ഞു"എന്തു ചെയ്യാനാ
മക്കളെ, ഇവിടെ ആരും ഞങ്ങൾ പറയുന്നത് കേൾക്കുന്നില്ല."

" പകർച്ച വ്യാധി പോലെ ഇപ്പോൾ ഏവർക്കും മടിയുടെ അസുഖം
പടർന്നിരിക്കുകയാണ്. റീസൈക്കിൾ പൂന്തോട്ടത്തിൽ പോയി
പ്ലാസ്റ്റിക്കും മറ്റു മാലിന്യങ്ങളും റീസൈക്കിൾ ചെയ്ത് പുതിയ
വസ്തുക്കളായി നമ്മുടെ ശങ്കരൻ മാമൻറെ കടയിൽനിന്ന് ലഭിക്കുന്ന
നമ്മുടെ ഗ്രാമത്തിൽ ആളുകൾക്ക് ഇപ്പോൾ അത് ചെയ്യാൻ നല്ല
മടിയാണ്."

ഗ്രാമത്തിലെ ഏറ്റവും വലിയ പൂന്തോട്ടത്തിൽ ചെടികൾക്ക്
യാതൊരുവിധ കുഴപ്പവും പറ്റാതെ റീസൈക്കിൾ ചെയ്യാനുള്ള
സൗകര്യം ഗ്രാമത്തിലെ എല്ലാവരും ചേർന്ന് തയ്യാറാക്കിയിരുന്നു.
അതാണ് റീസൈക്കിൾ പൂന്തോട്ടം. അവിടെ മാലിന്യങ്ങൾ
റീസൈക്കിൾ ചെയ്ത് പുതിയ വസ്തുക്കളായി ഉണ്ടാക്കുകയും
ചെയ്യാറുണ്ട്.

" ഗ്രാമത്തിലെ മുതിർന്നവരായ ഞങ്ങൾ പറഞ്ഞിട്ട് പോലും ആളുകൾ
കേൾക്കാൻ തയ്യാറാകുന്നില്ല."എന്നായിരുന്നു മുത്തശ്ശിയുടെ
ആരോപണം.

റാണിയും രാഹുലും അവരുടെ കാതുകളെ സംശയിച്ചുപോയി, കാരണം ഗ്രാമം സ്വച്ഛമായി വയ്ക്കുന്നതിലും, അതിൽ സഹായിക്കാനായി ഉത്സാഹിച്ചും അധ്വാനിച്ചു പങ്കുചേരാൻ ആളുകളുമുള്ള ഗ്രാമമാണ് രാമമന. അതിൽ അവരെ വെല്ലാൻ ആർക്കും കഴിഞ്ഞിട്ടില്ല!! പക്ഷേ, ഇപ്പോൾ എന്ത് പറ്റി ഇങ്ങനെയൊരു മാറ്റം? എന്തായാലും ഈ മാറ്റം നല്ലതിനല്ല.

മുത്തശ്ശനും മുത്തശ്ശിയുമായി കുറച്ചുനേരം സംസാരിക്കാൻ ഇരുന്നപ്പോഴും അവരറിയാതെ അവരുടെ മനസ്സ് ആ വലിയ പ്രതിസന്ധിയിലേക്ക് തന്നെ വെട്ടം തെളിച്ചു. മുത്തശ്ശനും മുത്തശ്ശിയുമായി സംസാരിക്കാൻ ഒരുപാടുണ്ട്, എന്നാൽ ഈ പ്രതിസന്ധിക്ക് പരിഹാരം കാണുകയാണ് പ്രഥമം. റാണിക്കും രാഹുലിനും വേണ്ടി ഒഴിവായി കിടന്ന ഒരു മുറി വൃത്തിയാക്കിയിട്ടുണ്ടായിരുന്നു . അവർ അങ്ങോട്ട് കയറി.

രാഹുൽ തല ചൊറിഞ്ഞു കൊണ്ട് പറഞ്ഞു"എന്തായാലും ഒരു പരിഹാരം പെട്ടെന്ന് തന്നെ കണ്ടുപിടിക്കണം."

രാഹുൽ ഇങ്ങനെ പറയുന്നത് കേട്ട് റാണി പറഞ്ഞു"നമുക്ക് എന്ത് ചെയ്യാൻ സാധിക്കും, നമ്മൾ കുട്ടികളല്ലേ. ഇനി നമ്മൾ എന്തെങ്കിലും ഉപായം കണ്ടുപിടിച്ചാലും, ആരെങ്കിലും അത് അനുസരിക്കേണ്ടേ ?"

ധൈര്യം കൈവിടാതെ തന്നെ രാഹുൽ അവളുടെ ചോദ്യത്തിന് ഉത്തരം നൽകി"ഒരാൾ വിചാരിച്ചാൽ കുറച്ചാണ് നടത്തിയെടുക്കാൻ കഴിയുകയെയൊള്ളു എന്നായിരിക്കും നിൻറെ മനസ്സിലെ ചിന്ത"

റാണി ഒന്ന് മൂളി.

"എന്നാൽ നമുക്ക് കുറേ ചെയ്യാം, പിന്നെ നമ്മളെ സഹായിക്കാൻ കുറെ പേരുണ്ടാവും."

"ആരൊക്കെയാണ് നമ്മളെ സഹായിക്കാൻ പോകുന്നത്, മുത്തശ്ശിയെയും മുത്തശ്ശനേയും ആണോ ഉദ്ദേശിച്ചത്?"

രാഹുൽ ഒരു കള്ളച്ചിരിയോടുകൂടി പറഞ്ഞു"നമ്മുടെ കൂട്ടുകാർ"

കുട്ടികൾ വൈകുന്നേരം ആകാൻ കാത്തിരുന്നു. ആകാശത്ത് പല വർണ്ണങ്ങൾ ഒഴുകി നടന്നു, കിളികൾ കൂട്ടിലേക്ക് ഇപ്പോൾ പോകണോ വേണ്ടയോ എന്ന ചിന്തയിലാണ്. അന്തരീക്ഷത്തിലെ ഈ മാറ്റങ്ങളോടൊപ്പം വൈകുന്നേരവും കൂടെ എഴുന്നള്ളി. ചൂടിന് കുറച്ച്

ശമനമുള്ള സമയമായതിനാൽ ആളുകൾ നാട്ടു വിശേഷങ്ങൾ ഒക്കെ അറിയാനും പറയാനുമായി പുറത്തേക്ക് ഇറങ്ങിത്തുടങ്ങുന്ന സമയം. ഇതുപോലെ തന്നെ വിശേഷപ്പെട്ടതാണ് വൈകുന്നേരത്തെ കളികൾ.

ഈ മാറ്റങ്ങളൊക്കെശ്രദ്ധിച്ച രണ്ടു കുട്ടികളും കൂട്ടുകാരെ കാണാനായി ഇറങ്ങി. തറവാടിനടുത്തുള്ള ജാതി തോട്ടത്തിലെ അപ്പൂപ്പൻ ജാതിയുടെ താഴെയാണ് കണ്ടുമുട്ടേണ്ടത്. കുറേ വർഷങ്ങളായി ജാതിത്തോട്ടത്തിൽ നിൽക്കുന്ന അവിടത്തെ ആദ്യത്തെ ജാതിയായയതിനാലാണ് അതിന് അങ്ങനെയൊരു നാമകരണം ചെയ്തിരിക്കുന്നത്. പലപല മരങ്ങൾ കൊണ്ട് നിറഞ്ഞതാണെങ്കിലും ജാതി മരങ്ങളാണ് കൂടുതൽ. തോട്ടത്തിന് തൊട്ടു താഴെയാണ് വയല്, ഏവരും ഒത്തുചേർന്ന് കൃഷി ചെയ്യുന്ന ആ വയല്.

മിന്നു ഒരു പാവമാണ്, പിന്നെ അപ്പു അവൻ മഹാ വികൃതിയാണ്, ചന്തുവും പാവമാണ് എന്നാൽ അവനാണ് നല്ല ചിന്താശേഷി, ഏത് പ്രശ്നത്തിന്റെയും പരിഹാരം അവൻ പെട്ടെന്ന് കണ്ടെത്തും , പിന്നെ ചിന്നു ഒരു കലാകാരിയാണ് പ്രിയ കല ചിത്രരചനയാണ്. ഇവരെല്ലാമാണ് റാണിയുടെയും രാഹുലിന്റെയും ഗ്രാമത്തിലെ കൂട്ടുകാർ.

അങ്ങനെ ഏവരും അപ്പൂപ്പൻ ജാതിയുടെ താഴെ കണ്ടുമുട്ടി. അവരുടെ മുൻപിലെ പ്രശ്നമെന്തെന്ന് റാണി കൂട്ടുകാരെ പറഞ്ഞു മനസ്സിലാക്കി. മാലിന്യങ്ങൾ കുന്നു കൂടുമ്പോൾ അസുഖങ്ങൾ പടരുന്നതും, അത് മണ്ണിന് ദോഷം ചെയ്യും എന്നും, പ്രകൃതിയാണ് അവരുടെ ഗ്രാമത്തിന്റെ അടിസ്ഥാനം എന്നും പറഞ്ഞു കൊടുക്കുകയും ചെയ്തു. റാണിക്ക് കാര്യങ്ങൾ ആളുകളെ പറഞ്ഞു മനസ്സിലാക്കാനും, പിന്നെ അവരുമായി കൂട്ടുകൂടാനും ഒക്കെ ഒരു പ്രത്യേക കഴിവുണ്ട്.

കാര്യങ്ങളുടെ ഭീകരാവസ്ഥ അറിഞ്ഞു കഴിഞ്ഞപ്പോൾ എല്ലാവരും ഒരു നിമിഷം ശാന്തരായി.

ആ സംഭാഷണത്തിന്റെ ഇടയിൽ ഗ്രാമത്തിലെ ഈയിടെയായിട്ടുള്ളൊരു മുഖ്യ ശത്രു, കൊതുകിന്റെ കടിയേറ്റു. കൈ ചൊറിഞ്ഞുകൊണ്ട് ചിന്നു പറഞ്ഞു "ശരിയാണ്, മാത്രമല്ല വർദ്ധിക്കുന്ന മാലിന്യങ്ങളോടൊപ്പം തന്നെ കൊതുകും വർദ്ധിക്കുന്നുണ്ട്. ഇതിന് ഒരു ഉപായം നമ്മൾ ഏവരും ചിന്തിച്ചു കണ്ടുപിടിക്കണം."

മനസ്സിൽ പല ഉപായങ്ങളും ചോദ്യങ്ങളും ഉയർന്നു, ഉപായങ്ങളെ തലങ്ങളും വിലങ്ങും സസൂക്ഷമം ആലോചിച്ചു കഴിയുമ്പോൾ അതിൽ എന്തെങ്കിലും പ്രശ്നമുയരും. അവസാനം എഴുത്തുകാരുടെ ഒരിക്കൽ കഥ എന്ന് വിചാരിച്ച് ചുരുങ്ങിയ കടലാസ്സുകൾ പോലെ അവയും ഒരു കോണിലേക്ക് തള്ളിനീക്കപ്പെട്ടു.

പക്ഷേ പെട്ടെന്ന് ചന്തുവിന്റെ മുഖം തെളിഞ്ഞു. ഏവർക്കും അവൻറെ മനസ്സിൽ ഒരു ഉപായം തെളിഞ്ഞു വന്നിട്ടുണ്ടെന്ന് മനസ്സിലായി. അവരവനെ പ്രതീക്ഷയോടെ കൂടി നോക്കി.

ചന്തു പറഞ്ഞു "ഒരു വഴിയുണ്ട്, എന്നാലും അത് പാടാണ്, നടക്കുമോ എന്ന് അറിയില്ല. എല്ലാവരുടെയും സഹകരണവും ആവശ്യമുണ്ട്."

എല്ലാവരും തലയാട്ടി.

ചന്തു തുടർന്നു " നമുക്ക് ഈ വിഷയത്തെക്കുറിച്ച് പോസ്റ്ററുകൾ തയ്യാറാക്കാം. പിന്നെ എല്ലാ വീട്ടിലും കയറി കാര്യത്തിന്റെ ഗൗരവം പറഞ്ഞു മനസ്സിലാക്കാം."

ഈയൊരു ഉപായം എല്ലാവർക്കും സ്വീകാര്യമായിരുന്നും .

പിന്നെ ആർക്കും നിന്ന് തിരിയാൻ സമയം ഉണ്ടായിരുന്നില്ല. റാണിയും ചിന്നുവും നല്ല ഭംഗിയുള്ള പോസ്റ്ററുകൾ ഉണ്ടാക്കാൻ തുടങ്ങി. രാഹുലിനും ചന്തുവിനും ആയിരുന്നു ബോധവൽക്കരണ പ്രസംഗം തയ്യാറാക്കാനുള്ള ചുമതല, അപ്പുവും മിന്നുവും ഗ്രാമത്തിലെ എല്ലാ വീടുകളുടെയും ലിസ്റ്റ് തയ്യാറാക്കി.

എല്ലാം നല്ല ഭംഗിയിൽ തയ്യാറായി. അങ്ങനെ അവർ ഓരോ വീടുകളിലേക്ക് തിരിച്ചു. ബോധവൽക്കരണവും മറ്റുകാര്യങ്ങളും ഒക്കെ ഭംഗിയായി പോയി. എന്തൊക്കെയായാലും പെട്ടെന്നല്ല, എന്നാലും ഭൂരിഭാഗം ആൾക്കാരും മാറി തുടങ്ങി. എന്നാലും ഇനിയും കുറെ പേർ മാറാനുണ്ട്.

അങ്ങനെ വീണ്ടുമൊരു വൈകുന്നേരം ഏവരും അപ്പൂപ്പൻ ജാതിയുടെ താഴെ എത്തി. സന്തോഷം ഏവർക്കും ഉണ്ടെങ്കിലും അതിലുപരി ഇനിയും എന്തെങ്കിലും ചെയ്യണമെന്ന ബോധ്യം അവർക്കുണ്ടായിരുന്നു. "കുറച്ചൊക്കെ മാറ്റങ്ങൾ വന്നു തുടങ്ങിയിട്ടുണ്ട് എന്നാലും മറ്റെന്തെങ്കിലും കൂടി ചെയ്യണം.." ആശങ്കയോട് മിന്നു പറഞ്ഞു.

"പേടിക്കേണ്ട മിന്നു, വീട്ടിൽനിന്ന് രാഹുൽ എന്തോ ഒരു ഉപായം കണ്ടിട്ടുണ്ടെന്ന് പറയുന്നുണ്ടായിരുന്നു. ഇവിടെയെത്തുമ്പോൾ പറയാം എന്നാണ് എന്നോട് പറഞ്ഞത്." കൂട്ടുകാർ രാഹുലിനെ നോക്കി, അവന്റെ ഉപായം എന്തെന്നറിയാൻ നോക്കി നിന്നു.

" നിങ്ങൾക്ക് അഭിനയിക്കാൻ അറിയുമോ? അറഞ്ഞാലും ഇല്ലെങ്കിലും നാളെ നമ്മുടെ നാടകം തട്ടേക്കയറുകയാണ്.." ഏവരും അത്ഭുതത്തോടെ തമ്മിൽ തമ്മിൽ നോക്കി.

കുട്ടികളുടെ നാടകം കാണാനായി ഉറക്കം ഒക്കെ ഉപേക്ഷിച്ച് സൂര്യൻ നേരത്തെ തന്നെ വന്നു . സൂര്യന്റെ ആഗമനത്തോടുകൂടി പാതിയുറങ്ങിയും പകുതി തന്റെ വരികൾ ഓർത്തും കിടന്നിരുന്ന കുട്ടികൾ ചാടി എഴുന്നേറ്റു. അങ്ങനെ അവർ വൈകുന്നേരത്തിനു വേണ്ടി കാത്തിരുന്നു.

പാറുഅമ്മ തൊഴുത്തിൽ സുഖമായി കിടന്നുറങ്ങുന്നുണ്ടായിരുന്നു. അവളുടെ പുറത്ത് ഒരു മഞ്ഞക്കിളി ഇരുന്ന് ഗാനമാലപിക്കുന്നതോ, ചെവിയുടെ അടുത്ത് കൂടി ആ ഈണത്തിനൊത്ത് കൊതുകുകൾ പാറിപ്പറന്ന് മൂളുന്നതൊ ഒന്നും അവൾ അറിഞ്ഞില്ല. അത്രയ്ക്കുണ്ട് ഉറക്കം. ഗ്രാമത്തിലെ ഏവരുടെയും പ്രിയങ്കരിയായതിന്റെ ഒരു അഹങ്കാരവും ഇല്ല അവൾക്ക്. അതെ പാറുഅമ്മ പശുവിനെ എല്ലാവർക്കും വലിയ കാര്യമാണ്. കാര്യം ഒരു സുപ്രഭാതത്തിൽ എവിടെനിന്നോ അലഞ്ഞുതിരിഞ്ഞ് ഗ്രാമത്തിലെ വയലിൽ എത്തിയതാ, എന്നാലും അതിന് മനുഷ്യരെ മനസ്സിലാക്കാൻ ഒരു പ്രത്യേക കഴിവുണ്ടെന്നാണ് ഏവരുടെയും അഭിപ്രായം. അതിനോടുള്ള വാത്സല്യത്താൽ വയലിനരികിൽ ഏവരും കൂടിച്ചേർന്ന് അതിന് ഒരു തൊഴുത്ത് പണിതു, ഈ കാര്യത്തിൽ അതിന് ഗ്രാമത്തിലെ ഏവരോടുമുള്ള കൃതജ്ഞത അവൾ വരുന്നവരോട് എല്ലാം ഇണങ്ങിയും, നിറയെ പാല് നൽകിയും കാണിക്കാറുണ്ട്. ചുരുക്കത്തിൽ ഗ്രാമത്തിലെ എല്ലാവരുടെയും ഇഷ്ടമുള്ള പശുവാണ് അവൾ.

അവൾ തൊഴുത്തിൽ കിടന്നുറങ്ങുകയാണെങ്കിലും അതേസമയം അങ്ങ് ഗ്രാമത്തിലെ എല്ലാവരും കൂടുന്ന ആൽമരത്തിന്റെ ചുവട്ടിൽ ആറു കുട്ടികൾ അവൾ പ്ലാസ്റ്റിക് കഴിച്ച് ബോധം കെട്ട് കിടക്കുകയാണെന്ന അപവാദം പറഞ്ഞു പടർത്തി.

ആൽമരത്തിന്റെ ചുവട്ടിൽ ഇരിക്കുന്നവരെ ഞെട്ടിച്ചുകൊണ്ട് റാണി ഉച്ചത്തിൽ പറഞ്ഞു "പാറുവമ്മ പ്ലാസ്റ്റിക് കഴിച്ച് ബോധം കെട്ടു വീണു ."

ആൽമരചുവട്ടിൽ ഇരുന്ന ഒരാൾ പരിഹാസ ചിരിയോടെ പറഞ്ഞു "പിന്നെ.. ഈ പിള്ളേർക്ക് മറ്റൊന്നും ചെയ്യാനില്ലാത്ത കാരണം ആളുകളെ പറ്റിക്കാൻ ഇറങ്ങിയിരിക്കുകയാണ് ."

"ഞങ്ങൾ സ്വന്തം കണ്ണുകൾ കൊണ്ട് കണ്ടതാണ്, നിങ്ങൾക്ക് വിശ്വാസമായില്ലെങ്കിൽ പോയി നോക്കൂ, അവൾ അവിടെ ഒരനക്കവും ഇല്ലാതെ കിടക്കുകയാണ്." മിന്നു വാദിച്ചു.

ഈ ഒച്ചയും ബഹളവും കേട്ട് ആൽമരത്തിന്റെ ചുവട്ടിൽ ഒരു വലിയ പുരുഷാരം കൂടിനിന്നു. കുട്ടികളുടെ വിഷമവും, പരിഭവവും ഒക്കെ കണ്ടപ്പോൾ ഏവരും ഒന്ന് ഭയന്നു, ഇവർ പറയുന്നത് ശരിയായിരിക്കുമോ?

അങ്ങനെ മരച്ചുവട്ടിൽ ഇരുന്ന അവരൊക്കെ തൊഴുത്തിലേക്ക് നടന്നു, കുട്ടികളും ഭയന്ന പുരുഷാരവും അവരെ പിന്തുടർന്നു. തൊഴുത്തിൽ എത്തി നോക്കുമ്പോൾ കാര്യം ശരിയാണ് പാറു ഒരനക്കവും ഇല്ലാതെ കിടക്കുന്നു. ഏവരും ഭയന്ന്, ഇനി എന്ത് ചെയ്യണം എന്ന് അറിയാതെ നോക്കി നിന്നു . അങ്ങനെയുള്ള അവസരങ്ങളിൽ മനുഷ്യ സ്വഭാവത്തിന്റെ കിടപ്പുവശം വച്ചുനോക്കുമ്പോൾ സ്വയം കുറ്റം ഒന്നും ചെയ്തിട്ടില്ല എന്ന വിശ്വാസത്തിനുപരി മറ്റുള്ളവർ കുറ്റം ചെയ്തിട്ടുണ്ട് എന്ന ഉറപ്പാണ് ഏറ്റവും കൂടുതലുണ്ടാവുക. അങ്ങനെ കുറ്റപ്പെടുത്തൽ മത്സരം അവിടെയും ആരംഭിച്ചു. "ഞാൻ രാമകൃഷ്ണൻ ഇവിടെ അവന്റെ വീട്ടിലെ മാലിന്യങ്ങൾ ഒക്കെ കവറിൽ ആക്കി ഇടുന്നത് കണ്ടതാ.." ജനക്കൂട്ടത്തിന്റെ ഇടയിൽ നിന്ന് മത്സരത്തിന് ആരംഭം കുറിച്ചുകൊണ്ട് ഒരാൾ പറഞ്ഞു.

"ഞാനൊന്നുമല്ല...,ശശി ആയിരിക്കും. അവൻറെ വീട് തൊഴുത്തിന്റെ അടുത്തല്ലേ.." അങ്ങനെ മേളം തുടർന്നു.

ഇതൊക്കെ കേട്ട് നിന്ന കുട്ടികൾക്ക് അത് സഹിക്കാനായില്ല. "നിർത്തൂ!" രാഹുൽ പരമാവധി ഒച്ചയിൽ പറഞ്ഞു "നിർത്തൂ, നിങ്ങൾ ആദ്യം പരസ്പരം കുറ്റം പറയുന്നതിന് മുമ്പ് ഒന്ന് ആലോചിച്ചു നോക്കൂ നിങ്ങൾ ഏവരുടെയും മടിയുടെ അസുഖം കാരണമല്ലേ ഇവിടെ മാലിന്യങ്ങൾ കുന്നു കൂടിയത്. ഇവിടെ ആരാണ് പ്ലാസ്റ്റിക് ഇട്ടത് എന്നതല്ല കാര്യം, പകരം ഈ ഗ്രാമത്തെ ആരൊക്കെയാണ് സ്വച്ഛമായി സൂക്ഷിക്കാത്തത് എന്നതാണ് വിഷയം. പാറു അമ്മയും മറ്റു പശുക്കളും ഇത് മറ്റെവിടുന്നെങ്കിലും കഴിച്ചുവെന്നും വരാം. അപ്പോൾ ഇത് നമ്മൾ ഏവരുടേയും കുറ്റമാണ്.."

ഏവരുടെയും മുഖത്ത് കുറ്റബോധം പടർന്നു, അവരുടെ മടി കാരണം പാറു അമ്മയ്ക്ക് ഇങ്ങനെ ഒരു അവസ്ഥ ഉണ്ടായല്ലോ.. കുട്ടികൾ അതേസമയം ആരും കാണാതെ തമ്മിൽ തമ്മിൽ കള്ളച്ചിരികൾ പങ്കുവെച്ചു. എന്നാൽ പെട്ടെന്ന് ഏവരുടെയും പ്രതീക്ഷകൾ ചിന്നിച്ചിതറിച്ചുകൊണ്ട്, അവൾ കാരണം നാട്ടിൽ നല്ലൊരു മാറ്റം ഉണ്ടാവുകയാണെന്നോ, കുറച്ചുസമയത്തേക്ക് പ്ലാസ്റ്റിക് കഴിച്ചത് പോലെ അവൾ അഭിനയിക്കണമെന്നോ ഒന്നും അറിയാത്ത പാറു അമ്മ അവളുടെ ഉറക്കം ഒക്കെ കഴിഞ്ഞു എന്ന് അറിയിച്ചുകൊണ്ട് എഴുന്നേറ്റു. !!"മൂ....."

ആ ശബ്ദം കുട്ടികളുടെ മുഖത്ത് നിന്ന് അവരുടെ പുഞ്ചിരി കവർന്നു. നാട്ടുകാരും അത്ഭുതപ്പെട്ട് നിന്നു. "ഇതാണോടാ..നിങ്ങളുടെ പ്ലാസ്റ്റിക് കഴിച്ച് ബോധംകെട്ട പാറു അമ്മ..?"

"എല്ലാത്തിനെയും ഇപ്പോൾ തന്നെ ശരിയാക്കണം. കള്ളം പറഞ്ഞ് ആളുകളെ പറ്റിച്ചു നടക്കുകയാണ് എല്ലാം.."

"അവർ കള്ളം പറഞ്ഞതാണോ ഇപ്പോൾ കുറ്റം..?" ക്രോധിതരായ ആളുകളുടെ ഇടയിൽ നിന്ന് ഒരു സ്വരം ഉയർന്നു നോക്കുമ്പോൾ അത് മുത്തശ്ശിയായിരുന്നു. ആളുകൾ തിരിഞ്ഞ് മുത്തശ്ശിയെനോക്കി. "നിങ്ങളോട് ഒന്നും നേർവഴിക്ക് പറഞ്ഞാൽ മനസ്സിലാവില്ല എന്ന് കുട്ടികൾക്ക് അറിയാമായിരിക്കും. അവർ കള്ളം പറഞ്ഞെങ്കിലും അതൊരു നല്ല കാര്യത്തിനു വേണ്ടിയായിരുന്നു. ഇനി നിങ്ങളുടെ വിഷമം പാറു പ്ലാസ്റ്റിക് കഴിക്കാത്തതാണോ...? എന്നാൽ വിഷമിക്കേണ്ട ഇതേ അവസ്ഥ തന്നെയാണ് ഗ്രാമത്തിന്റെതെങ്കിൽ അത് ഉടനെ നടക്കും. നിങ്ങൾ മടിയെ ജയിപ്പിച്ചുകൊണ്ട് ഒരു വലിയ വിപത്തിനെയാണ് ക്ഷണിക്കുന്നത്. മാത്രമല്ല ഇവർ കുട്ടികളാണെന്ന് വച്ച് പറയുന്നത് കേൾക്കാത്ത നിങ്ങളല്ലേ ശരിക്കും ഒന്നുമറിയാത്തവർ. നല്ലത് ആരു പറഞ്ഞുതന്നാലും അത് ഉൾക്കൊള്ളാൻ ശ്രമിക്കണം."

യാഥാർത്ഥ്യത്തിനോടൊപ്പം കുറ്റബോധവും വീണ്ടും ആളുകളുടെ മനസ്സിൽ സ്ഥാനം കയ്യടക്കി. ആരും ഒന്നും മിണ്ടിയില്ല ആകെ ഒരു നിശബ്ദത.

എന്നാൽ പെട്ടെന്ന് റാണി അവളുടെ അടുത്തു കിടന്നിരുന്ന ഒരു മാലിന്യം നിറഞ്ഞ പ്ലാസ്റ്റിക്കവർ എടുത്തു എന്നിട്ട് പറഞ്ഞു " ഞാൻ ഈ മാലിന്യങ്ങൾ റീസൈക്കിൾ പൂന്തോട്ടത്തിൽ കൊടുക്കാൻ പോവുകയാണ്. മാത്രമല്ല പ്ലാസ്റ്റിക് മാലിന്യങ്ങളും മറ്റു മാലിന്യങ്ങളും വേർതിരിക്കാൻ അവരെ സഹായിക്കാനും പോവുകയാണ്. കൂടെ

പോരാൻ താല്പര്യമുള്ളവർ അടുത്തു കിടക്കുന്ന കവറുകളും മറ്റും എടുത്ത് വന്നുകൊള്ളൂ.."

 കൂട്ടുകാരും, റാണിയും, രാഹുലും കവറുകൾ എടുത്ത് പിന്നോട്ട് നോക്കാതെ നടന്നു. അവർക്ക് അറിയാമായിരുന്നു അവരുടെ പുറകിൽ ആരും ഉണ്ടായിരുന്നില്ല എന്ന്, എന്നാലും ആത്മവിശ്വാസം കൈവിടാതെ അവർ മുൻപോട്ട് നടന്നു. അവർ അങ്ങനെ റീസൈക്കിൾ പൂന്തോട്ടത്തിൽ എത്തി, എന്നാൽ അവരെ കണ്ടതും അവിടെ ജോലി ചെയ്യുന്ന ഒരാൾ ആശ്ചര്യത്തോടുകൂടിനോക്കി. "ഇതെന്താ ഗ്രാമം മുഴുവൻ ഉണ്ടല്ലോ..?"

കുട്ടികൾ പരസ്പരം നോക്കി, ആറു കുട്ടികളെയാണോ ഒരു ഗ്രാമം എന്ന് വിശേഷിപ്പിച്ചത്? അവർ ഒന്ന് തിരിഞ്ഞു നോക്കി. പുറകിൽ ആണെങ്കിൽ ഗ്രാമത്തിലെ കുട്ടികൾ മുതൽ പ്രായം ചെന്നവർവരെ കയ്യിൽ ഒന്നോ രണ്ടോ കവറുകൾ ഏന്തി, അവർ ചെയ്യുന്ന കാര്യത്തിന്റെ മഹത്യം മനസ്സിലാക്കി, അഭിമാനത്തോടു കൂടി കുട്ടികളുടെ പുറകിൽ നിൽക്കുന്നു!!

അങ്ങനെ ആ വൈകുന്നേരവും, ആ ആറു കുട്ടികളും, നാട്ടുകാരും, ഏവരും രാമമന ഗ്രാമത്തിൻറെ ഇതിഹാസത്തിൽ ഒരു വലിയ സ്ഥാനം നേടി. വെറുതെ കാര്യങ്ങൾ പറഞ്ഞുകൊണ്ട് മാത്രമല്ല, പ്രവർത്തിച്ചുകൊണ്ട്. കാരണം അന്ന് രാത്രി വരെ ഏവരും അവരുടെ തെറ്റു തിരുത്തി ഗ്രാമം വീണ്ടും ഹരിത സുന്ദരമാക്കി.."

3. ആരും കയറാത്ത മരം

ഗ്രാമത്തിലെ നഷ്ടപ്പെട്ടുപോയ പ്രകൃതിഭംഗി തിരിച്ചു പ്രാപ്തമായി. രാമമന ഗ്രാമം വീണ്ടും പണ്ടത്തെപ്പോലെ സന്തോഷവും സമാധാനവും പ്രകൃതിരമണീയതയും കൊണ്ട് നിറഞ്ഞു. ഗ്രാമത്തിൻറെ ഈ യശസ്സ് തിരിച്ചു കൊണ്ടുവരാനായി മുൻകൈയെടുത്ത റാണിക്കും രാഹുലിനും കൂട്ടുകാർക്കും എല്ലാം ഗ്രാമത്തിൽ ഇപ്പോൾ നല്ല ബഹുമാനമാണ്.

സൂര്യൻ ആകാശത്ത് പ്രത്യക്ഷനായി. കിളികളൊക്കെ പതുക്കെ അവരുടെ കൂട്ടിൽ നിന്ന് പറന്ന് പ്രയാണം ആരംഭിച്ചു. പ്രഭാതത്തിലെ ഇളം വെയിലും തണുവും കലർന്ന കാലാവസ്ഥ ആസ്വദിക്കാനായി പല പൂക്കളും വിടർന്നു. എന്നാൽ പ്രഭാതത്തിന്റെ ഈ ആനന്ദങ്ങളുടെയിടയിലും റാണി നല്ല ഉറക്കത്തിലായിരുന്നു.

റാണിയുടെ ഉറക്കം കണ്ട പ്രകാശത്തിന് അസൂയ തോന്നിയതുകൊണ്ടാണോ എന്നറിയില്ല, പക്ഷേ ജനലിന്റെ ഇടയിൽക്കൂടെ പതുക്കെ വന്ന പ്രകാശം അവളെ എഴുന്നേൽപ്പിച്ചു. കണ്ണുകളൊക്കെ തിരുമ്മി റാണി പതുക്കെ എഴുന്നേറ്റു .

 അവൾ കിടക്കയിൽ നിന്ന് എഴുന്നേറ്റ് പുറത്തേക്ക് നടന്നു. അങ്ങനെ മുറ്റത്തെത്തിയതും അവൾ ചുറ്റും ഒന്നു നോക്കി, എന്തെന്നില്ലാത്ത ഒരു സന്തോഷം തോന്നിയ അവൾ ഒന്ന് പുഞ്ചിരിച്ചു. മുത്തശ്ശി പറയാറുണ്ട് ഒരു പുതിയ ദിനം ആരംഭിക്കാനായി ഒരു പുഞ്ചിരിയെക്കാൾ നല്ലൊരു മാർഗം വേറെയില്ലെന്ന്.

ഈ കാര്യം മനസ്സിലാലോചിച്ച് കൊണ്ട് അവൾ പിന്നാമ്പുറത്തേക്ക് നടന്നു. അവിടെ ഒരു തട്ടിൽ മുത്തശ്ശി നല്ലൊരു പഴുത്ത മാവില വച്ചിട്ടുണ്ടായിരുന്നു. ആ മാവില അവൾ നല്ലവണ്ണം ഒന്ന് കഴുകി, പിന്നെ അത് ചെറുതായി മടക്കി, ശേഷം അത് നേരെ വായിലേക്ക്. മുത്തശ്ശൻ പറഞ്ഞതനുസരിച്ച് മുത്തുകൾ കൊണ്ട് കോർത്ത മാല പോലെയുള്ള ചിരിക്ക് വേണ്ടി മാവില കൊണ്ട് പല്ലുകൾ നന്നായി ഉരസിത്തേക്കണം, അ നിർദ്ദേശം പാലിച്ചുകൊണ്ട് തന്നെ റാണി പല്ലുകൾ തേച്ചു.

മാവില കൊണ്ടുള്ള പല്ലു തേക്കൽ രണ്ടു കുട്ടികൾക്കും ഏറെ രസകരമായി തോന്നിയതിനാൽ പല്ലുതേക്കാനുള്ള മടിയോടൊപ്പം ബ്രഷുകളെയും ഇരുവരും മറന്നു. അതുവച്ച് ഒരു ദിവസം പല്ല് തേച്ചാൽ ആ ദിവസം നല്ല മണി മണി പോലെ പല്ല് ഇരിക്കുമത്രേ.

പല്ല് തേച്ച് കഴിഞ്ഞപ്പോൾ അവൾക്ക് എന്തോ ഒരു ഉണർവ് തോന്നി. അവൾ അടുക്കളയിലേക്ക് ഓടി. അവിടെ മുത്തശ്ശി എല്ലാവർക്കും വേണ്ടി ചായ ഒരുക്കി വയ്ക്കുകയായിരുന്നു. അന്നേരമാണ് റാണിക്ക് പെട്ടെന്ന് ഓർമ്മവന്നത് " മുത്തശ്ശി , ഇന്ന് ഞങ്ങൾ കുട്ടികൾ രാവിലത്തെ ചായയുണ്ടാക്കാം എന്നല്ലേ പറഞ്ഞത്..ഞങ്ങളെ പറ്റിച്ചു അല്ലേ.." കോപിഷ്ഠയായി പറയേണ്ട ഈ വാചകങ്ങൾ റാണി പറയുമ്പോൾ ഏറെ നിഷ്കളങ്കമാവും.

ഇത് കേട്ട മുത്തശ്ശി ഒരു ചിരിയോടു കൂടി പറഞ്ഞു "രാവിലെ സ്വപ്നങ്ങളിലാണോ ചായ ഉണ്ടാക്കുന്നത് റാണിക്കുട്ടി..നീ നല്ല ഉറക്കത്തിലായിരുന്നു, അതുകണ്ടപ്പോൾ ഞാനും ഓർത്തു അവധിയല്ലേ കുട്ടി ഉറങ്ങിക്കോട്ടെ എന്ന്."

"ശോ കഷ്ടം, എന്നാലും...പക്ഷേ മുത്തശ്ശി, അപ്പോൾ രാഹുൽ എന്തെടുക്കുകയായിരുന്നു?"

"നിൻറെ ഉറക്കം കണ്ടപ്പോൾ അവൻ പറഞ്ഞു മറ്റൊരു ദിവസം ചായ വെക്കാമെന്ന്. എന്തായാലും മുത്തശ്ശനും രാഹുലും താഴത്തെ വയലിൽ നടക്കാൻ പോയിരിക്കുകയാണ് ."

"ഈ രാവിലെ എന്തിനാണ് അവർ വയലിൽ പോയത്?"ഈ ചോദ്യത്തിനു ശേഷം അവൾക്ക് സ്വയം കാര്യം ഓർമ്മ വന്നു "ഇന്നായിരുന്നു അല്ലേ മുത്തശ്ശൻ ഞങ്ങൾക്ക് കൃഷിയെക്കുറിച്ച് പറഞ്ഞുതരാമെന്ന് പറഞ്ഞത്! മുത്തശ്ശൻ കൃഷിയെക്കുറിച്ച് പഠിപ്പിക്കാൻ തുടങ്ങിയിട്ടുണ്ടാവണം...ഇപ്പോൾ തന്നെ വയലിലേക്ക് പോയേ തീരൂ.."

മുത്തശ്ശി മനസ്സിൽ വിചാരിച്ചു "റാണിയുടെ അറിവു നേടാനുള്ള ആകാംക്ഷയും ധൃതിയും, പിന്നെ ആ പരിഭ്രമവും കണ്ടാൽ അറിവിന്റെ ശരിയായ മഹത്വം മനസ്സിലാക്കാം"

എന്നാൽ മുത്തശ്ശി അവൾക്ക് അവളുടെ ചായ കൊടുത്തു. ശേഷം പറഞ്ഞു "നീ പേടിക്കേണ്ട, മുത്തശ്ശൻ രാവിലെ വെറുതെ ഇരുന്നപ്പോൾ രാഹുലിനെയും കൂട്ടി നടക്കാൻ ഇറങ്ങിയതാ.. വൈകുന്നേരം, വെയിലൊക്കെ ഒന്ന് മങ്ങിക്കഴിയുമ്പോൾ നിങ്ങളെ ഇരുവരെയും വയലിൽ കൊണ്ടോയി പഠിപ്പിച്ചു തരാമെന്ന് പറഞ്ഞിട്ടുണ്ട്."

പരിഭവം നിറഞ്ഞിരുന്ന റാണിയുടെ മുഖത്തേക്ക് ആശ്വാസം തിരികെ എത്തി. എന്നാൽ ഇനി മുറ്റത്തേക്ക് പോവണം, പ്രഭാതത്തിലെ മുറ്റത്തെ ആനന്ദങ്ങൾ ഒഴിവാക്കാൻ കൂടാത്തവയാണ്.

പ്രഭാതത്തിലെ ശാന്തതയോടൊപ്പം അലിഞ്ഞ കിളികളുടെ ഗാനം കേൾക്കാൻ രാവിലെ മുറ്റത്തേക്ക് ഇറങ്ങിയാൽ മതി. ഓരോ നിമിഷം കൂടുംതോറും ഗായകന്മാരുടെ എണ്ണവും കൂടും , എന്നിട്ട് അവസാനം അവരുടെ ഗാനം പോലെയുള്ള സംഭാഷണം അവസാനിപ്പിച്ച് ഏവരും അവരവരുടെ ദിനകൃത്യങ്ങളിലേക്ക് കിടക്കും. റാണിക്കും മുത്തശ്ശനും ഏറെ ഇഷ്ടമാണ് രാവിലെ ഈ ഗാനമേള ശ്രവിക്കാൻ. റാണി ഒരിക്കൽ മുത്തശ്ശനോട് ചോദിച്ചു "മുത്തശ്ശ, ഈ കിളികൾ അവരുടെ ദിവസം എങ്ങനെ ചെലവഴിക്കണം എന്നുള്ളതിന്റെ ചർച്ചയിൽ ആയിരിക്കുമോ?"

മുത്തശ്ശൻ ഒന്ന് പുഞ്ചിരിച്ചു, "ആയിരിക്കാം"

"എന്നാൽ അത് എന്തിനായിരിക്കും?"റാണിയുടെ അടുത്ത ചോദ്യം ഉയർന്നു.

" നമ്മുടെ ജീവിതം നമുക്ക് തരുന്ന ഏറ്റവും വലിയ സമ്മാനമാണ് ഒരു ദിവസം. അതിനാൽ അത് പാഴാക്കാൻ പാടില്ല. വലിയ വലിയ കാര്യങ്ങളൊന്നും എല്ലാ ദിവസവും നമുക്ക് ചെയ്യാൻ സാധിക്കില്ലെങ്കിലും, കൊച്ചു കൊച്ചു സന്തോഷങ്ങൾ സൃഷ്ടിക്കാൻ കഴിയുന്ന കാര്യങ്ങളും, വലിയ സന്തോഷങ്ങൾക്ക് വേണ്ടിയുള്ള ചെറിയ കാൽവെപ്പുകളും ഒരു ദിവസത്തിൽ ചെയ്യാൻ സാധിക്കും. അതുകൊണ്ടാവാം കിളികൾ ഈ ചർച്ചചെയ്യുന്നത്.."

മുത്തശ്ശൻ പറഞ്ഞ ഈ വാചകങ്ങൾ തന്റെ ജീവിതത്തിൽ ഉൾപ്പെടുത്തണം എന്നുള്ള ആലോചനയോടൊപ്പം റാണി കിളികളുടെ ആലാപനങ്ങൾ ആസ്വദിക്കുകയായിരുന്നു.

അങ്ങനെ ഇരിക്കെയാണ് അവളുടെ ശ്രദ്ധയിൽ ആ വലിയ മാവ് പെട്ടത്. ഇടതും വലതും മുകളിലുമായി മുറ്റത്തിന്റെ സുരക്ഷ ഉറപ്പുവരുത്തിക്കൊണ്ട് പടർന്നു നിൽക്കുന്ന ബലവാന്മാരായ ചില്ലകളും, ആരിവേപ്പിനെയും പ്ലാവിനെയും എന്തിന് തെങ്ങിനെ വരെ വെല്ലുന്ന ഉയരവുമുള്ള, മുറ്റത്തിന്റെ നടുക്ക് ഗാംഭീര്യത്തോടെ വളർന്നു പന്തലിച്ച് നിൽക്കുന്ന മുറ്റത്തെ രാജൻ, മുറ്റത്തെ ശക്തിയുടെയും നിറവിന്റെയും പ്രതീകം.

ആ മാവ് മുറ്റത്തെ കൂട്ടുകാരുടെയും വീടാണ്. കുഞ്ഞിക്കിളികളുടെയും, അണ്ണാറക്കണ്ണന്മാരുടെയും, ഉറുമ്പുകളുടെയും, ഏവരുടെയും ഭവനം.

വേനലിന്റെ അഴകിൽ മുങ്ങിയ മാവിൽ പച്ചയും പഴുത്തതുമായ ഇലകൾ മൂടിയ ചില്ലകളിൽ , മഞ്ഞയും പച്ചയും കലർന്ന

മധുരമനോഹരമായ സമ്മാനങ്ങൾ ഒളിച്ചു നിൽക്കുകയായിരുന്നു. ഓരോ ചില്ലകളിൽ നിന്നും തൂങ്ങി കിടക്കുന്ന സമ്മാനങ്ങളെ രുചിച്ചു നോക്കാനായി പാറിപ്പറന്നും തുള്ളിച്ചാടിയും മാവിൻമേലേക്കുള്ള യാത്രയിലാണ് മുറ്റത്തെ കൂട്ടുകാർ.

മാവിനെ കുറിച്ചുള്ള ഓരോ ചിന്തയിൽ മുഴുകിയിരിക്കുന്ന റാണി അകത്തുനിന്ന് ഒരുവിധപ്പെട്ട പണിയൊക്കെ തീർത്തിട്ട് മുത്തശ്ശി ഇറങ്ങി വരുന്നത് കണ്ടില്ല. റാണി ഇങ്ങനെ ചിന്താവിഷ്ടയായ സീതയെ പോലെ ആലോചിച്ചിരിക്കുന്നത് കണ്ടപ്പോൾ മുത്തശ്ശി ചോദിച്ചു"എന്താ കുട്ടി, എന്താണ് ആലോചിക്കുന്നത്?"

" ആ മാവിനെ നോക്കിയിരുന്നു പോയതാ മുത്തശ്ശി. എന്തൊരു ഉയരം!"റാണി മാവിനെ ചൂണ്ടിക്കാണിച്ചുകൊണ്ട് പറഞ്ഞു.

മുത്തശ്ശി ഒന്ന് ആ മാവിലേക്ക് നോക്കി, മാവിൻറെ പഴയ ഇതിഹാസങ്ങളൊക്കെ മുത്തശ്ശിയുടെ മനസ്സിലേക്ക് ഓടിയെത്തി. അത് ആലോചിച്ചാൽ പിന്നെ ചിരിക്കാനേ നേരമൊള്ളൂ. മുത്തശ്ശി റാണിയോട് ചിരിച്ചുകൊണ്ട് പറഞ്ഞു"ശരിയാണ്, മുറ്റത്ത് ഏറ്റവും കൂടുതൽ ഉയരം മാവിന് തന്നെയാണ്. അതുകാരണം അല്ലേ ആ മാവിന്റെ മുകളിൽ വരെ ആർക്കും ഇതുവരെ കേറാൻ സാധിക്കാത്തത്."

റാണി ഒരു നിമിഷം ആലോചിച്ചു. മാവിനെ ഒന്ന് തലങ്ങും വിളങ്ങും നോക്കി. 'ഏ...അങ്ങനെവരാൻ വഴിയില്ലല്ലോ പർവ്വതത്തിൽ വരെ ആളുകൾ കയറുന്നു പിന്നെയാണ് ഈ മാവ്.' റാണി സ്വയം ചിന്തിച്ചു.

റാണിയുടെ മുഖത്ത് സംശയ ഭാവം നിറഞ്ഞൊഴുകി, അത് കണ്ടപ്പോൾ മുത്തശ്ശിക്ക് മനസ്സിലായി ഇനി ചോദ്യങ്ങൾ ഒന്നന്നായി ഒഴുകിവരും എന്ന്.

"മുത്തശ്ശി അതെന്താ മാവിൻറെ മുകളിൽ വരെ ആരും കയറാത്തത്?" റാണിയുടെ ആദ്യത്തെ ചോദ്യം ഉയർന്നു.

റാണിയുടെ കാര്യങ്ങൾ അറിയാനുള്ള ഉത്സാഹവും, കഥകൾ കേൾക്കാനുള്ള ഇഷ്ടവും നേരത്തെ അറിയാവുന്നതിനാൽ മുത്തശ്ശി മാവിൻറെ ഇതിഹാസത്തിന്റെ കഥ റാണിയോട് പങ്കുവയ്ക്കാൻ തയ്യാറായി.

"വിശ്വസിക്കാനാവാത്ത അത്ഭുതകരമായ ഒരു കഥ തന്നെയാണത്. നീ ശ്രദ്ധിച്ചിട്ടുണ്ടോ ഈ മരത്തിലെ ഉറുമ്പുകൾക്കോ, എന്തിന് മരം

കേറ്റത്തിന്റെ ആശാന്മാരായ അണ്ണാറക്കണ്ണന്മാർക്കോ മരത്തിന്റെ
മുകൾ വരെ കയറാൻ സാധിക്കാറില്ല. ഇതിനെല്ലാം ആരംഭം കുറിച്ചത്
നമ്മുടെ രാമു ചേട്ടനാണ് !!"

നാട്ടിലെ എല്ലാ മരങ്ങളും കയറുന്ന വീരനാണ് രാമു ചേട്ടൻ. കുട്ടികളുടെ
ഏവരുടെയും പ്രിയങ്കരനായ രാമു ചേട്ടൻ മുത്തശ്ശന്റെയും
മുത്തശ്ശിയുടെയും വീട്ടിലെ ഒരു അംഗത്തെ പോലെയാണ്. എല്ലാ
ദിവസവും രാമു ചേട്ടന് ഏതെങ്കിലും വീട്ടിൽ ജോലിയുണ്ടാകും,
ജോലിയെല്ലാം കഴിച്ച ശേഷം വൈകുന്നേരം ഒരു നാലുമണിയോടു കൂടി
രാമു ചേട്ടൻ മുത്തശ്ശന്റെയും മുത്തശ്ശിയുടെയും വീടിൻറെ തിണ്ണയിൽ
ഇരിപ്പുണ്ടാകും, അപ്പോഴേക്കും മുത്തശ്ശനും മുത്തശ്ശിയും പിന്നെ
ഇപ്പോൾ റാണിയും രാഹുലും ഏവരും രാമു ചേട്ടനോടൊപ്പം ഒത്തുകൂടി
വൈകുന്നേരത്തെ പലഹാരങ്ങൾ ആസ്വദിച്ചുകൊണ്ട് ഓരോ നാട്ടു
വിശേഷങ്ങളും കഥകളും പറഞ്ഞ് അങ്ങനെ ഇരിക്കും.

 മുത്തശ്ശി തുടർന്നു "ഒരു വേനൽ ദിവസം വൈകുന്നേരം, പതിവ്
തെറ്റിക്കാതെ രാമു ചേട്ടൻ ചായ കുടിച്ചുകൊണ്ട് ഇരിക്കുകയായിരുന്നു.
നമ്മുടെ മാവൊക്കെ നല്ലവണ്ണം കായ്ച്നിൽക്കുന്ന ഒരു സമയം. ഓരോ
ചില്ലകളിൽ നിന്നും കുല കുലമാതിരി തൂങ്ങി കിടക്കുന്ന മാധുര്യം
എറുന്ന മാങ്ങ കുട്ടന്മാരെ കണ്ട മുത്തശ്ശൻ പറഞ്ഞു-"ഇക്കൊല്ലം
മാവിൽ ഏറെ മാമ്പഴങ്ങൾ ഉണ്ടായിട്ടുണ്ടല്ലേ രാമു..."

അപ്പോൾ രാമു ചേട്ടൻ മാവിലേക്ക് ഒന്ന് നോക്കി, എന്നിട്ട് മുത്തശ്ശനോട്
പറഞ്ഞു-"എന്നാൽ നമുക്കൊന്ന് പറിച്ചുകളയാം. ഞാനിവിടെ ഇല്ലേ
പിന്നെന്താണ് തടസ്സം." മുത്തശ്ശൻ അതിനു സമ്മതിച്ചു. അങ്ങനെ രാമു
ചേട്ടൻ മരം കയറാൻ ആരംഭിച്ചു.

ഓരോ കൊമ്പിൽ നിന്നും മാങ്ങകൾ നേരെ താഴത്തേക്ക് ചാടാൻ
തുടങ്ങി. കുറെ മാമ്പഴങ്ങൾ ഉണ്ടായതുകൊണ്ട് താഴത്തേക്ക്
തന്നതൊക്കെ ഓരോ വീടുകളിലായി മുത്തശ്ശൻ കൊടുത്ത് കൊടുത്തു
പോയി. എന്നാൽ അവസാനമായപ്പോൾ നമ്മുടെ വീട്ടിലേക്ക്
മാമ്പഴങ്ങൾ ഒന്നുമേ തന്നെ ഇല്ല!"

 "അപ്പോൾ എന്ത് ചെയ്തു മുത്തശ്ശി?" കഥയുടെ തുടർച്ചയറിയാനായി
അക്ഷമയായ റാണി ചോദിച്ചു.

മുത്തശ്ശി ഒരു പുഞ്ചിരിയോടുകൂടി കഥ തുടർന്നു " വീട്ടിലേക്കു വേണ്ടി
അല്പം മാമ്പഴത്തിനായി ഒരു കൊമ്പിൽ കൂടി കയറാൻ മുത്തശ്ശൻ രാമു
ചേട്ടനോട് പറഞ്ഞു. രാമു ചേട്ടൻ തൻറെ മരം കേരളിന്റെ വീരഗാഥകൾ

ഒക്കെപെങ്കുവെച്ചുകൊണ്ട് ഓരോ കൊമ്പുകളിലും കയറി കുറെ മാമ്പഴങ്ങൾ പറിച്ചു. രാമു ചേട്ടൻ കുറേ കൊമ്പുകൾ കയറി കഴിഞ്ഞതും ആശങ്കാഭരിതനായ മുത്തശ്ശൻ പറഞ്ഞു"മതി രാമു, ഇനിയും ഉയരത്തിൽ കയറണ്ട."

"എന്താണ് ഈ പറയുന്നത് ചേട്ടാ, ഞാൻ ഈ മരം കേറ്റം ഇന്നോ ഇന്നലെയോ തുടങ്ങിയതല്ലല്ലോ. ഈ ഉയരമൊന്നും ഒന്നുമല്ല.."രാമു ചേട്ടൻ ആത്മവിശ്വാസത്തോടെ പറഞ്ഞു.

ഇനി നടന്നത് കേട്ടാൽ ആരാണെങ്കിലും ഒന്ന് ചിരിച്ചു പോകും."മുത്തശ്ശി കഥയൊന്നു നിർത്തി, റാണിയുടെ ചോദ്യങ്ങളൊന്നും ഉയരുന്നില്ലല്ലോ?

കഥ തുടരാനായി അക്ഷമയായ റാണി തന്റെ ചോദ്യങ്ങളെല്ലാം അടക്കിപ്പിടിച്ച് മുത്തശ്ശിയോട് ചോദിച്ചു "എന്നിട്ടോ?"

"ആത്മവിശ്വാസത്തോടെ രാമു ചേട്ടൻ ഇനിയും ഉയരങ്ങൾ താണ്ടാനായി കൈയുയർത്തി ഒരു കൊമ്പിൽ വച്ചു. എന്നാൽ പാവം, അറിയാതെ കൈ ഉറുമ്പിൻ കൂട്ടിലാണ് കൊണ്ടുവച്ചത്. പിന്നെ കാര്യങ്ങൾ എടുത്തു പറയേണ്ട ആവശ്യമില്ലല്ലോ. നല്ലവണ്ണം ഉറുമ്പുകളുടെ കടി കിട്ടി, രാമു ചേട്ടൻ കൊമ്പിൽ നിന്ന് കൈവിട്ടു. ദാ കിടക്കുന്നു നിലത്ത് .. അതൊരു മഹാസംഭവമായിരുന്നു. രാമു ചേട്ടൻ മരത്തിൽ നിന്ന് വീണത് നാട്ടിൽ ആകെ അത്ഭുതം സൃഷ്ടിച്ചു. ഭാഗ്യത്തിനാൽ പരിക്കൊന്നും പറ്റിയില്ല. പിന്നെ ആ മരത്തിൻറെ അങ്ങോട്ട് രാമു ചേട്ടൻ തിരിഞ്ഞു നോക്കിയിട്ടില്ല."

രാമു ചേട്ടൻ വീഴുകയോ.., അത് റാണിക്ക് വിശ്വസിക്കാനായില്ല. എന്നാൽ റാണിക്ക് മറ്റൊരു സംശയം അപ്പോഴാണ് തോന്നിയത് "ഒരാൾ തോറ്റു എന്നാലും മറ്റുള്ളവർക്ക് കയറിക്കൂടെ. ഒന്ന് പരിശ്രമിക്കുന്നതിൽ എന്താണ് തെറ്റ്.....?"

മുത്തശ്ശി ചിരിച്ചു. മാവിൻറെ ഇതിഹാസത്തിന്റെ ഒന്നാം ഭാഗം മാത്രമാണ് മുത്തശ്ശി പറഞ്ഞൊള്ളൂ, ഇനി രണ്ടാം ഭാഗത്തിന്റെ ഊഴമാണ് "നീ പറഞ്ഞത് ശരിയാണ്...., രാമു ചേട്ടന് ഒരു ചേട്ടനുണ്ട്, രഘു ചേട്ടൻ. കാര്യം അങ്ങ് വിദേശത്തായിരുന്നു ജോലിയെങ്കിലും രഘു ചേട്ടനും ഒരു വിധം മരം കേറ്റം ഒക്കെ അറിയാം. അങ്ങിനെയിരിക്കെ ഒരു ദിവസം രഘു ചേട്ടൻ കുറച്ച് നാളത്തേക്ക് നാട്ടിലേക്ക് വന്നു. കുറേക്കാലത്തിന് ശേഷം നാട്ടിലേക്ക് വന്നതിനാൽ നാടോക്കെ ഒന്ന് ചുറ്റി നടന്നു കാണണമെന്ന് രഘു ചേട്ടന് ഒരേ

നിർബന്ധമായിരുന്നു. അങ്ങനെ അവർ നമ്മുടെ വീട്ടിലേക്കും വന്നു. രഘു ചേട്ടൻ വന്നതും പണ്ടത്തെ വിശേഷങ്ങളും കഥകളുമൊക്കെ അങ്ങ് കെട്ടഴിഞ്ഞു. കഥകൾ നീണ്ടു നീണ്ടു പോയി, അന്ന് രാമു ചേട്ടൻ വീണ കഥ വരെ എത്തി. അതു കേട്ട് കഴിഞ്ഞതും രഘു ചേട്ടൻ പൊട്ടിച്ചിരിക്കാൻ തുടങ്ങി "ഹാ ഹാ ഹാ...കഷ്ടം കഷ്ടം എന്റെ രാമു, ഇത്ര നാളുകളായിട്ട് മരം കയറുന്ന നിനക്കൊരു മാവിൽ കയറാൻ സാധിച്ചില്ലല്ലോ... ഇതിനേക്കാൾ നന്നായി ഞാൻ കയറും."

അങ്ങനെ ആവേശഭരിതമായ ആ രംഗം അരങ്ങേറി. വർഷങ്ങൾക്കു ശേഷം രഘു ചേട്ടൻ മരം കേറാൻ പോകുന്നു, അതും നമ്മുടെ മാവിൽ അതൊരു കാണേണ്ട കാഴ്ച തന്നെയല്ലേ . ആ കാഴ്ച കാണാൻ നാട് ആകെ ഇളകി വന്നു. രാമു ചേട്ടന്റെ വീഴ്ച കഴിഞ്ഞതിൽ പിന്നെ ആരും ആ മാവിനെ കുറിച്ച് സംസാരിച്ചിട്ടില്ല. എന്നാൽ ഇന്ന് താ ആ മാവിൽ കയറാൻ വേണ്ടി സാക്ഷാൽ രാമു ചേട്ടന്റെ ചേട്ടൻ രഘു തയ്യാറായിരിക്കുന്നു. അങ്ങനെ രഘു ചേട്ടൻ നാട്ടുകാരുടെ പിന്തുണയോടെ മരം കേറാൻ തുടങ്ങി . രഘു ചേട്ടൻ വീഴുമോ, അതോ ഇല്ലയോ എന്നുള്ള ചിന്തയിൽ നിൽക്കുന്ന നാട്ടുകാരെ ഞെട്ടിച്ചുകൊണ്ട് രഘു ചേട്ടൻ രാമു ചേട്ടൻ കയറിയതിനേക്കാൾ ഉയരത്തിൽ കയറി. എന്നാൽ കുറച്ചു കൊമ്പുകളും കൂടി കയറിയതും ദാ വന്നു ആ അണ്ണാറക്കണ്ണൻ."

ഈ കഥയിൽ ഒരു അണ്ണാറക്കണ്ണന്റെ പ്രസക്തി എന്താണെന്ന് റാണിക്കു മനസ്സിലായില്ല . അവൾ മുത്തശ്ശിയോട് ചോദിച്ചു"അണ്ണാറക്കണ്ണനോ? ആ പാവം എന്തു ചെയ്യാനാണ്?"

മുത്തശ്ശി ഒരു പുഞ്ചിരിയോടെ പറഞ്ഞു"അതൊരു കഥയാണ് മോളെ.. പണ്ട് ഇവരെല്ലാവരും ചെറുതായിരുന്നപ്പോൾ രഘു ചേട്ടനെ അണ്ണാറക്കണ്ണൻ കടിച്ചിട്ടുണ്ടെന്നൊക്കെയാണ് പറയാറ് . ഏതായാലും രഘു ചേട്ടന് ലോകത്ത് ഏറ്റവും പേടി അണ്ണാറക്കണ്ണന്മാരെയാണ്. അതുപോലെതന്നെ ആ ദിവസവും അണ്ണാറക്കണ്ണനെ കണ്ട രഘു ചേട്ടൻ ആദ്യം ഒന്ന് നിലവിളിച്ചു ശേഷം കൈ ഒറ്റ വിടൽ. ഇതാ കിടക്കുന്നു ഭൂമിയിൽ. ആ കാഴ്ച കണ്ട അപ്പുറത്തെ വീട്ടിലെ പല്ലില്ലാത്ത സുഭദ്ര അമ്മൂമ്മ വരെ ഒന്ന് ചിരിച്ചു പോയി.."

മുത്തശ്ശി പറഞ്ഞത് കേട്ട് റാണി പൊട്ടി ചിരിച്ചു. എന്നാൽ അതേ സമയം ആ മരത്തിനെ കുറിച്ചുള്ള ചിന്തകൾ അവളുടെ മനസ്സിൽ നിന്ന് മായുന്നുമില്ല.

"അപ്പോൾ അതാണ് നമ്മുടെ മാവിന്റെ ഇതിഹാസം. കഥകളൊക്കെ പറഞ്ഞിരുന്നു സമയം പോയത് അറിഞ്ഞില്ല, ഞാൻ മുത്തശ്ശനും രാഹുലും എന്തെടുക്കുവാണെന്ന് പോയി നോക്കട്ടെ." കഥ അവസാനിപ്പിച്ചുകൊണ്ട് മുത്തശ്ശി അകത്തേക്ക് പോയി.

അതേസമയം പുറത്തിരുന്ന് റാണി മാവിനെ കുറിച്ചുള്ള ആലോചനയിലാണ്. ഉറുമ്പുകൾക്കോ പക്ഷികൾക്കോ ആർക്കും ഇതുവരെ ആ മാവിൻറെ മുകളിൽ വരെ കേറാൻ സാധിച്ചിട്ടില്ല എന്നത് അത്ഭുതംതന്നെയാണ്. അവൾ ഇങ്ങനെ ചിന്തിച്ച് ചിന്തിച്ച് കിടന്നു മയങ്ങിപ്പോയി.

പെട്ടെന്നു റാണി ഞെട്ടി എഴുന്നേറ്റു, എന്തോ ഒരു ശബ്ദം കേട്ടാണ് അവൾ എഴുന്നേറ്റത്. കയ്യടി ശബ്ദമാണെന്ന് തോന്നുന്നു. നോക്കുമ്പോൾ മുൻപിൽ അതാ മുത്തശ്ശനും, മുത്തശ്ശിയും, രാഹുലും, രാമു ചേട്ടനും, രഘു ചേട്ടനും, അണ്ണാരക്കണ്ണന്മാരും പക്ഷികളും എല്ലാവരും അവളെ തന്നെ നോക്കി കയ്യടിച്ചുകൊണ്ട് നിൽക്കുന്നു. മുൻപിൽ അതാ ആ പ്രസിദ്ധമായ മാവും. അവരുടെ കയ്യടി അവൾക്ക് പ്രചോദനം നൽകി, അവൾ ആ മാവിൽ കയറാൻ തയ്യാറായി. അവൾ ആ മാവിലേക്ക് ഒന്നു നോക്കി, എന്നിട്ട് ആത്മവിശ്വാസത്തോടെ കയറാൻ ആരംഭിച്ചു. ഓരോ കൊമ്പിൽനിന്ന് മറ്റൊന്നിലേക്ക് കയറുന്നതിനോടൊപ്പം അവളുടെ സന്തോഷവും ആത്മവിശ്വാസവും വർദ്ധിച്ചു.

അങ്ങനെ അവസാനം ഒരൊറ്റ കൊമ്പും കൂടിയേ ഉള്ളൂ! അവൾ അവളുടെ ധൈര്യം ശേഖരിച്ചു. രാമു ചേട്ടനെയും രഘു ചേട്ടനെയും പോലുള്ള മരം കേറ്റത്തിന്റെ വീരന്മാർക്കു പോലും എത്താൻ കഴിയാത്ത ആ മാവിൻറെ അവസാനത്തെ കൊമ്പിൽ അവൾ കയറാൻ പോകുന്നു! ആവേശം നിറഞ്ഞു, അവൾ ഒരു കൈയെടുത്ത് കൊമ്പിന്റെ മുകളിൽ വച്ചു, കാൽ പയ്യെ പൊക്കി, എന്നാൽ അപ്പോ പുറകിൽ നിന്ന് ആരോ ഉച്ചത്തിൽ വിളിക്കുന്നു "റാണി....."

ആ വിളി കേട്ടതും റാണിക്ക് കാൽ കൊമ്പിൽ വയ്ക്കാൻ കഴിഞ്ഞില്ല, അവളുടെ കൈ അറിയാതെ വിട്ടുപോയി. അവൾ താഴത്തേക്ക് വീഴാൻ തുടങ്ങി....

ഭയന്ന് അവൾ കണ്ണുകൾ മൂടി, ഏറെ ഉച്ചത്തിൽ അലറാൻ തുടങ്ങി. പെട്ടന്ന് വീണ്ടും "റാണി" എന്നുള്ള ഒരു വിളി കേട്ട് അവൾ കണ്ണ് തുറന്നു, നോക്കുമ്പോൾ മുമ്പിൽ രാഹുൽ നിൽക്കുന്നു. അവൻ ഒരു കള്ളച്ചിരിയും ചിരിച്ചുകൊണ്ടാണ് നിൽക്കുന്നത്.

റാണി കണ്ണുകൾ ഒക്കെ തിരുമ്മി. എന്നിട്ട് അവൾ ചോദിച്ചു"ഞാനിത് എവിടെയാണ്..? നിങ്ങൾ ഏവരും കയ്യടിക്കുകയല്ലായിരുന്നോ..? മാവെവിടെ...?"

അവളുടെ ഈ ചോദ്യം കേട്ട രാഹുൽ തൻറെ ചിരിയൊക്കെ അടക്കിപ്പിടിച്ച് അവൾക്ക് ഉത്തരം നൽകി"എൻറെ കുട്ടി, നീ വീണ്ടും എന്തിനയോ കുറിച്ച് സ്വപ്നം കണ്ടു അല്ലേ.? എന്തായാലും പെട്ടെന്ന് അകത്തേക്ക് വരു, മുത്തശ്ശി ഭക്ഷണം തയ്യാറാക്കി വച്ചിട്ടുണ്ട്."

അപ്പോഴാണ് റാണിക്ക് മനസ്സിലായത് അതെല്ലാം ഒരു സ്വപ്നമായിരുന്നു എന്ന്. അവസാനം അവൾ സ്വയം പറഞ്ഞു"സ്വപ്നത്തിൽ ആണെങ്കിലും ജീവിതത്തിലാണെങ്കിലും ആ മരത്തിൽ ആർക്കും അമിതമായ ആത്മവിശ്വാസത്തോടെ കയറാൻ സാധിക്കില്ല......"

4.ജന്മദിനം

എല്ലാ മനുഷ്യരും അവരവരുടെ ജീവിതത്തിൽ കാത്തിരിക്കുന്ന ആ ദിവസം. വിടരാത്ത പൂക്കൾ വിടരുന്നതും, ഓരോ നിമിഷവും സന്തോഷകരമാകണമെന്ന് നമ്മൾ ആഗ്രഹിക്കുന്നതുമായ ആ ദിവസം.

അതെ, ഭൂമിയിൽ കൃപ ചൊരിഞ്ഞ് വേനൽ സൂര്യൻ തൻറെ കിരണങ്ങളുടെ ശക്തി കുറച്ചു, ആകാശത്തിന്റെ നീല നിറം വർദ്ധിച്ചത് കണ്ടപ്പോൾ ആഹ്ലാദഭരിതരായ പക്ഷികൾ പാട്ടുകൾ പാടി ആകാശത്തിലൂടെ പറന്നു, മുറ്റത്തെ സൂര്യകാന്തികൾക്ക് സ്വർണനിറം വർദ്ധിപ്പിക്കാനും തോന്നി. ഇതെല്ലാം പ്രകൃതി റാണിയുടെ ജന്മദിനത്തിനു വേണ്ടി തയ്യാറെടുപ്പുകൾ ചെയ്യുന്നതാവാം..!

രാവിലെ തന്നെ എഴുന്നേൽക്കണം എന്ന് തലേദിവസം ശാഠ്യം പിടിച്ചതിനാൽ, രാഹുൽ റാണിയെ വിളിച്ചെഴുന്നേൽപ്പിച്ചു. അവൾ പതിയെ കണ്ണുകൾ ഒക്കെ തിരുമ്മി എഴുന്നേറ്റു. രാവിലെ എഴുന്നേൽക്കുമ്പോൾ എന്തോ കാരണത്താൽ കുറച്ചു നിമിഷത്തേക്ക് ഒന്നും ഓർമ്മയുണ്ടാവില്ല.. അതുപോലെ തന്നെ റാണിയും അവളുടെ പിറന്നാളിനെ കുറിച്ച് വിസ്മരിച്ചു.

രാഹുലിന് കാര്യം മനസ്സിലായി. വിസ്മരിച്ചു പോയ ഓർമ്മകൾ തിരികെയെത്തുന്നതിനു മുൻപ് തന്നെ രാഹുൽ ദാ പറഞ്ഞു"പിറന്നാൾ ആശംസകൾ റാണി!!"

അത് കേട്ടതും റാണിക്ക് ഉണർവ് തോന്നി. ഇന്ന് അവളുടെ പിറന്നാളാണ് അവൾ ജനിച്ച ആ ദിവസം. അവൾക്ക് സന്തോഷമായി.

 ആദ്യമായിട്ട് മുത്തശ്ശിയുടെയും മുത്തശ്ശന്റെയും വീട്ടിൽ വച്ച് പിറന്നാൾ ആഘോഷിക്കുന്നതിന്റെ സന്തോഷത്തിന് ഒരു അതിരും ഉണ്ടായിരുന്നില്ല. രാഹുൽ അവളെ കെട്ടിപ്പിടിച്ചു.

മുത്തശ്ശി പറയുമ്പോൾ മാത്രം മടിച്ചു മടിച്ചു കുളിക്കാനായി പോകുന്ന റാണി അന്ന് ആരും പറയാതെ തന്നെ കുളിമുറിയിലേക്ക് ഓടി.. അവൾക്കറിയായിരുന്നു പിറന്നാൾ ദിവസങ്ങളിൽ രാവിലെ തന്നെ കുളിച്ച് അമ്പലത്തിൽ പോകണമെന്ന്.

പിറന്നാളുകാരി അവൾക്ക് ഏറ്റവും ഇഷ്ടമുള്ള പട്ടുപാവാടയും ബ്ലൗസും ധരിച്ച്, കണ്ണുകളുടെ തെളിച്ചം വർദ്ധിപ്പിക്കാനായി

കണ്ണുമെഴുതി, പിന്നെ പൊട്ടും കുത്തി അമ്പലത്തിലേക്ക് നടന്നു. തിരികെ വരുന്ന വഴി അവൾ അമ്പലത്തിന് ചുറ്റുമുള്ള മനോഹാരിതകൾ ആസ്വദിച്ച് അങ്ങനെ വീട്ടിലെത്തി.

മുത്തശ്ശൻ ഉമ്മറത്തിരിക്കുന്നുണ്ടായിരുന്നു. പത്രവായനയിലായിരുന്ന മുത്തശ്ശന് അവൾ അമ്പലത്തിലെ പ്രസാദം നൽകി. എന്നിട്ട് മുത്തശ്ശൻ ജന്മദിനാശംസകൾ നേരുവാനായി കാത്തുനിന്നു. കാത്തിരിപ്പ് നീണ്ടിട്ടും മുത്തശ്ശൻ ഒന്നും മിണ്ടുന്നില്ല.

അവസാനം റാണി തൻറെ അഭിനയ മികവ് അവിടെ പ്രദർശിപ്പിച്ചു . ഒന്നുമറിയാത്തതുപോലെ മുത്തശ്ശനോട് ചോദിച്ചു "മുത്തശ്ശാ.., ഇന്ന് എന്തെങ്കിലും പ്രത്യേകതയുണ്ടോ..?"

ഇത് കേട്ടതും മുത്തശ്ശൻ ചിരിച്ചുകൊണ്ട് പറഞ്ഞു"ഇല്ലല്ലോ. പത്രത്തിൽ ഏതായാലും ഒരു പ്രത്യേകതയും കുറിച്ച് പറയുന്നില്ല."

ദേഷ്യത്താൽ പുരുകങ്ങളൊക്കെ ചുളുങ്ങിയ അവളുടെ മുഖം കാണാൻ തോട്ടത്തിലെ തക്കാളിയുമായി ഒരുപാട് സാമ്യമുണ്ട്. ഇത്ര ദൂരം നഗരത്തിൽ നിന്ന് ഗ്രാമത്തിലേക്ക് വന്നിട്ടും അവളുടെ പിറന്നാള് പോലും എപ്പോഴാണെന്ന് മുത്തശ്ശന് അറിയില്ലെന്നോ..?

മുത്തശ്ശൻ ആ മുഖം കണ്ട് ചിരിച്ചു. അവസാനം മുത്തശ്ശൻ പറഞ്ഞു"ഞാനും അഭിനയത്തിൽ ഒട്ടും പുറകോട്ടല്ല...എൻറെ റാണിയുടെ പിറന്നാൾ ഞാൻ മറക്കുമോ?! പിറന്നാളാശംസകൾ റാണിക്കുട്ടി!"

പിറന്നാളാശംസകൾ കേട്ടപ്പോൾ റാണിക്ക് സന്തോഷമായി. അവൾ അകത്തേക്ക് നടന്നു, എന്നാൽ അടുക്കളയിൽ നിന്ന് സഞ്ചാരം ആരംഭിച്ച ഒരു മണം അവളെ ആകർഷിപ്പിച്ചു. നോക്കുമ്പോൾ മുത്തശ്ശി നെയൊക്കെ ചാലിച്ച് നല്ല മൊരിഞ്ഞ ദോശകൾ ഉണ്ടാക്കുന്നു. പണിയുടെ ഇടയിൽ ഒന്ന് തിരിഞ്ഞു നോക്കിയ മുത്തശ്ശി റാണിയെ കണ്ടതും അവളെ കെട്ടിപ്പിടിച്ചു" പിറന്നാൾ ആശംസകൾ റാണി..."

പിറന്നാൾ ആശംസകൾ നേർന്നു കഴിഞ്ഞ് മുത്തശ്ശി അവളോട് പറഞ്ഞു"റാണിക്കുട്ടിയുടെ പിറന്നാളിന്, മുത്തശ്ശി ഒരു സമ്മാനം കരുതി വച്ചിട്ടുണ്ട്."

മുത്തശ്ശി പിന്നാമ്പുറത്തേക്ക് പോയി. ഇതെല്ലാം കണ്ട് രാഹുൽ അവിടെ നിന്ന് ചിരിക്കുന്നുണ്ടായിരുന്നു, അതിൻറെ അർത്ഥം രാഹുലിനും മുത്തശ്ശനും സമ്മാനം എന്ത് എന്നുള്ളത് അറിയാം.

റാണിയൊന്ന് ആഞ്ഞു നോക്കി. ഒരു വെള്ള പാത്രത്തിൽ നിന്ന് മുത്തശ്ശി എന്തോ എടുക്കുന്നുണ്ടായിരുന്നു. മുത്തശ്ശി തിരിച്ചു വന്നു. റാണിക്ക് സംശയമായി, എന്താണ് സമ്മാനം.. അവളുടെ എത്തിനോട്ടവും, മുഖത്തെ ആ സംശയഭാവവും കാണാൻ ഏറെ രസകരമായിരുന്നു.

എന്തായാലും മുത്തശ്ശിയുടെ കയ്യിൽ സമ്മാനത്തിൻറെ പൊതിയോ, മറ്റൊന്നും ഉണ്ടായിരുന്നില്ല. റാണി ആലോചിച്ചു 'ഈ മുത്തശ്ശി എന്താണ് ചെയ്യുന്നത്?'

സമയം കളയണ്ടല്ലോ എന്ന് വിചാരിച്ച് മുത്തശ്ശി സമ്മാനം എന്ത് എന്നുള്ള ചുരുളഴിച്ചു."ഇത് ആര്യവേപ്പിന്റെ തൈയാണ്. ഇന്ന്, നിൻറെ പിറന്നാളിന് നീ ഇത് നടണം."

റാണിക്ക് സന്തോഷമായി, അവളെല്ലാവരോടും പറഞ്ഞു" ഇത്ര നല്ല ഒരു സമ്മാനം എനിക്ക് ഇതുവരെ ലഭിച്ചിട്ടില്ല." അവൾ ആ തൈയിലേക്ക് ഒന്നു നോക്കി, എന്നിട്ട് മുറ്റത്തേക്ക് ഓടാൻ തുടങ്ങി "ഞാൻ ഈ തൈ നട്ടിട്ടു വരാം ."

അവൾ മുറ്റത്തേക്ക് ഓടിച്ചെന്നു. ധാരാളം ചെടികൾക്കും മരങ്ങൾക്കും ഭവനമായ മുറ്റത്ത് ആ ആര്യവേപ്പ് തൈക്കുവേണ്ടി അവൾ കുറച്ചു സ്ഥലം നോക്കി നടന്നു. അവസാനം ആരും കേറാത്ത ആ മാവിന് കൂട്ടായി അതിൻറെ അടുത്ത് തന്നെ തൈ നടാം എന്ന് അവൾ തീരുമാനിച്ചു. അവൾ പണിയിലേക്ക് ഏർപ്പെട്ടു, അവിടെ ഒരു കുഴി കുഴിച്ചു. തൈ നടാനായി ഉയർത്തിയതും അവളുടെ മനസ്സിൽ ഒരു ചോദ്യം തെളിഞ്ഞു വന്നു 'ജന്മദിനത്തിന്റെ അന്ന് എല്ലാവരും മരം നടുന്നത് കണ്ടിട്ടുണ്ട്.. എന്നാൽ എന്തിന്?'

അവൾ തൈ അരികിലേക്ക് മാറ്റിവെച്ച്, ആ സംശയത്തിന് മനസ്സിൽ സ്ഥാനം നൽകിക്കൊണ്ട് അകത്തേക്ക് നടന്നു. അകത്തേക്ക് ചെന്നതും അവൾ കണ്ടത് രാഹുലിനെയാണ്. അവൾക്കൊരു ആശ്വാസമായി, ഏതൊരു ചോദ്യത്തിനും ഉത്തരമുള്ളതായി റാണി കണക്കാക്കുന്നതും അവളുടെ മിക്യ സംശയങ്ങളും തീർത്തു കൊടുക്കുന്നതുമായ ആ ആൾ രാഹുലാണ്.

അവനോട് തന്നെ ആദ്യം ചോദിക്കാം "ചേട്ടാ, എന്തിനാണ് നമ്മൾ ജന്മദിനത്തിന്റെ അന്ന് മരം നടുന്നത്?"

റാണിയുടെ ഏതൊരു ചോദ്യത്തിനും ഉത്തരമുണ്ടായിരുന്ന രാഹുൽ ഇപ്പോൾ താ മൗനമായി നിൽക്കുന്നു. രാഹുലും ജന്മദിനത്തിന്റെ അന്ന്

മരം നട്ടിട്ടുണ്ട്, എന്നാൽ അത് എന്തിനാണ് എന്നുള്ള ചോദ്യം സ്വയം മനസ്സിൽ ചോദിച്ചിട്ടില്ല.

അവസാനം ചിന്തിച്ച് ചിന്തിച്ച് തലയുടെ ചുറ്റും പുക ഉയർന്നപ്പോൾ അവൻ പറഞ്ഞു"നീ ഇപ്പോൾ അപ്പം തിന്നാൽ മതി കുഴി എണ്ണണ്ടാ."

റാണിക്ക് കാര്യം പിടികിട്ടി രാഹുലിന് ഉത്തരം അറിയില്ല അത്രതന്നെ. ചിരി ചുണ്ടത്ത് പടരാതെ അവൾ അടക്കി നിറുത്തി, എന്നിട്ട് രാഹുലിനോട് പറഞ്ഞു"വെറുതെ മരം നട്ടിട്ടു മാത്രം കാര്യമില്ല, അർത്ഥം അറിയാതെ ചെയ്താൽ ഒരു ഫലവും ഉണ്ടാവില്ല."

അടുക്കളയിൽ നിന്ന് ഇതെല്ലാം കേൾക്കുന്നുണ്ടായിരുന്ന മുത്തശ്ശിക്ക് മനസ്സിലായി റാണിയുടെ അടുത്ത ഇര മുത്തശ്ശി തന്നെയാണെന്ന്. യാഥാർത്ഥ്യം എന്തെന്നുവച്ചാൽ, ഇത്ര പ്രയാസമായ ചോദ്യത്തിന്റെ ഉത്തരം മുത്തശ്ശിക്കും അറിയില്ലായിരുന്നു.

അവസാനം റാണി മുത്തശ്ശിയെ വിളിച്ചു"മുത്തശ്ശി......"

റാണിയുടെ മുൻപിൽ ഈ ചോദ്യത്തിന്റെ ഉത്തരം അറിയാതെ നിൽക്കാൻ മുത്തശ്ശിക്ക് മടിയായിരുന്നു. അതുകൊണ്ട് മുത്തശ്ശി മന്ദം മന്ദം കുളിമുറിയുടെ ഉള്ളിൽ കയറി കതകടച്ചു.

ആ കാഴ്ച കണ്ടതും റാണിക്ക് മനസ്സിലായി രാഹുലിന് കൂട്ടായി..., മുത്തശ്ശിക്കും ഈ ചോദ്യത്തിന്റെ ഉത്തരം അറിയില്ല....

അവസാനം അവൾക്ക് സങ്കടമായി, മുത്തശ്ശനോട് ചോദിക്കാം എന്നുവച്ചാൽ, മുത്തശ്ശനാണെങ്കിൽ പഞ്ചായത്തിൽ പോയിരിക്കുകയാണ്. തന്റെ ചോദ്യം മനസ്സിൽ വച്ചുകൊണ്ട് അവൾക്ക് പിറന്നാൾ ആഘോഷിക്കാൻ തോന്നിയില്ല.

തന്റെ സമ്മാനത്തിന്റെ അർത്ഥം എന്ത് എന്നറിയാതെ ചാരുകസേരയിൽ റാണി മനസ്സമാധാനം ഇല്ലാതെ ഇരിക്കുമ്പോഴാണ് രംഗത്തേക്ക് രാമു ചേട്ടന്റെ വരവ്. ചേട്ടന്റെ കയ്യിൽ എന്തോ ഉണ്ടായിരുന്നു. അവളുടെ തീക്ഷ്ണമായ കണ്ണുകളുടെ സഹായത്താൽ അവൾക്ക് മനസ്സിലായി അതൊരു സമ്മാനപ്പൊതി ആണെന്ന്.

അവൾ രാമു ചേട്ടന്റെ അടുത്തേക്ക് ഓടിച്ചെന്നു. രാമു ചേട്ടൻ അവളോട് സന്തോഷത്തോട പറഞ്ഞു"പിറന്നാളാശംസകൾ റാണിക്ക്..... പിറന്നാൾ ആശംസകൾ റാണിക്ക്. പിറന്നാൾ കുട്ടിക്ക് ഞാനൊരു സമ്മാനം കരുതി വച്ചിട്ടുണ്ട്."

പുറകിൽ ഒളിപ്പിച്ചു വച്ചിരുന്ന ആ സമ്മാനപ്പൊതി രാമു ചേട്ടൻ റാണിയുടെ കൈകളിലേക്ക് വച്ചുകൊടുത്തു.

"സന്തോഷമായോ എന്റെ റാണി കുട്ടിക്ക്?"രാമു ചേട്ടൻ ചോദിച്ചു.

റാണി സമ്മാനം മേടിച്ചു ഒന്ന് പുഞ്ചിരിച്ചു. അവൾ എന്നിട്ട് പറഞ്ഞു" ഈ സമ്മാനം എനിക്കിഷ്ടമായി എന്നാലും രാമു ചേട്ടൻ എനിക്കൊരു സമ്മാനം കൂടി തരുമോ?"

രാമു ചേട്ടൻ ചിരിച്ചു, ആ ചോദ്യം ആർക്കും തിരസ്കരിക്കാൻ കഴിയില്ല. രാമു ചേട്ടൻ പറഞ്ഞു"ശരി ശരി, ഇനി എന്ത് സമ്മാനം വേണമെങ്കിലും ചോദിച്ചോളൂ."

റാണിക്ക് സന്തോഷമായി. അവൾ ചോദിച്ചു"എൻറെ ഒരു ചോദ്യത്തിന് മാത്രം ഉത്തരം തന്നാൽ മതി. അതായിരിക്കും എൻറെ സമ്മാനം"

ഇത്ര നിസ്സാരമായ സമ്മാനം ആണല്ലോ എന്ന് വിചാരിച്ച് രാമു ചേട്ടൻ എന്തും സാധിച്ചു തരാനുള്ള കഴിവ് തൻറെ പക്കൽ ഉണ്ട് എന്നുള്ള ഭാവത്തിൽ റാണിയോട് പറഞ്ഞു"അത്രയേയൊള്ളൂ? ഞാൻ അതിനിപ്പോൾ തന്നെ ഉത്തരം നൽകാം."

 സന്തോഷം അടക്കാൻ കഴിയാത്ത റാണി ധൃതിയിൽ ആ ചോദ്യം ചോദിച്ചു" ഇന്ന് എനിക്ക് പിറന്നാൾ സമ്മാനമായി മുത്തശ്ശി ഒരു ആര്യവേപ്പ് തൈ തന്നു. അത് നടാനായി പോയപ്പോഴാണ് എൻറെ മനസ്സിൽ ഒരു ചോദ്യം ഉയർന്നത്, ജന്മദിനത്തിന്റെ അന്ന് എന്തിനാണ് എല്ലാവരും മരം നടുന്നത്?"

ചോദ്യം എന്ന് പറഞ്ഞപ്പോൾ നിസ്സാരമായ ചോദ്യങ്ങളായിരുന്നു രാമു ചേട്ടൻ പ്രതീക്ഷിച്ചിരുന്നത്. എന്നാൽ ഈ ചോദ്യത്തിന്റെ ഉത്തരം രാമു ചേട്ടൻറെ കയ്യിൽ ഇല്ലായിരുന്നു.

റാണിയുടെ ആഗ്രഹം നടത്തിക്കൊടുക്കാൻ കഴിയാത്തതിന്റെ വിഷമം ഉള്ളിൽ ഒളിപ്പിച്ചു കൊണ്ട് രാമുചേട്ടൻ പറഞ്ഞു"റാണി, വേറെ ഒരു കാര്യം പറയാൻ ഞാൻ വിട്ടു പോയി. ഒരാളുടെ പിറന്നാളിന്റെ അന്ന് മറ്റൊരാൾ ഒരൊറ്റ സമ്മാനം മാത്രമാണ് നൽകാൻ പാടുകയുള്ളൂ. ഒന്നിൽ കൂടുതൽ സമ്മാനങ്ങൾ നൽകാൻ പാടില്ല."

രാമു ചേട്ടൻറെ സംസാരത്തിലെ ആ പതർച്ചയും വിക്കലും ഒക്കെ രാമു ചേട്ടൻ പറയുന്നത് കള്ളമാണെന്ന് തെളിയിച്ചു. രാമു ചേട്ടനും ആ ചോദ്യത്തിന്റെ ഉത്തരം അറിയില്ലെന്ന് റാണിക്ക് മനസ്സിലായി.

വിഷമിച്ച് പുറത്തേക്ക് നടന്ന റാണി മുറ്റത്തെത്തിയതുമാണ് ആര്യവേപ്പ് തൈയിനെ കുറിച്ചോർത്തത്. എന്തായാലും ഒരു സമ്മാനം അല്ലേ, ആര്യവേപ്പിന്റെ തൈ അവൾ നടാൻ തീരുമാനിച്ചു. അവൾ അ തൈ നടുന്നതിന് മുമ്പ് സ്വയം പറഞ്ഞു"ഉത്തരം കിട്ടിയില്ലെങ്കിലും എന്താ... എൻറെ ജന്മദിനത്തിന്റെ അന്ന് ഞാൻ മറ്റൊരു ജീവനെ ഭൂമിയിലേക്ക് സ്വാഗതം ചെയ്തല്ലോ."

അത് പറഞ്ഞതും റാണിയുടെ വാടിയിരുന്ന മുഖം തെളിഞ്ഞു അവൾ ഉച്ചത്തിൽ വിളിച്ചു കൂവി"ഉത്തരം കിട്ടി..... അവസാനം ആ ചോദ്യത്തിന് ഉത്തരം കിട്ടി..."

അവൾ ഓടി അകത്തേക്ക് ചെന്നു. നോക്കുമ്പോൾ രാമു ചേട്ടൻ ഉൾപ്പെടെ എല്ലാവരും അവിടെ സന്നിദ്ധരായിരുന്നു. റാണിയെ കണ്ടതും എല്ലാവരുടെ മുഖവും ഭയം കൊണ്ട് നിറഞ്ഞു. എല്ലാവർക്കും ഓടി രക്ഷപ്പെടാനാണ് തോന്നിയത്.

പുഞ്ചിരി വിടർന്ന അവളുടെ മുഖം കണ്ട് എല്ലാവരും ഒന്ന് ആശ്വസിച്ചു. അവസാനം റാണി പറഞ്ഞു"ആരും പേടിക്കണ്ട, എന്റെ ചോദ്യത്തിന്റെ ഉത്തരം ഞാൻ തന്നെ കണ്ടുപിടിച്ചു."

രാഹുൽ ഒരു പരിഹസിക്കുന്ന ഭാവത്തിൽ പറഞ്ഞു'എന്ത്..., ഉത്തരം കിട്ടിയെന്നോ? എന്നാൽ ആ ഉത്തരം എന്തെന്ന് പറയു."

റാണി ഈ ചോദ്യം പ്രതീക്ഷിച്ചതാണ്. അവൾ ധൈര്യത്തോടെ പറഞ്ഞു"നമ്മുടെ ജന്മദിനം, ലോകം നമ്മളെ ഇരുകൈയും നീട്ടി സ്വാഗതം ചെയ്ത ആ ദിനം, അന്ന് തന്നെ നമ്മൾ ഒരു മരം നടുന്നതിലൂടെ മറ്റൊരു ജീവനെ ഈ ലോകത്തേക്ക് ക്ഷണിക്കുകയാണ്. നമ്മുടെ ജന്മദിനം നമ്മൾ മറ്റൊരു ജീവജാലവുമായി പങ്കുവയ്ക്കുകയാണ്. മാത്രമല്ല പ്രകൃതിയെ സംരക്ഷിക്കുക കൂടിയാണ്. അതിലേറെ നന്മ വേറെ എന്തിലാണ് ഉള്ളത്...?"

ഇത്ര മുതിർന്നവരായ മുത്തശ്ശിക്കും മുത്തശ്ശനും രാമു ചേട്ടനും ഉത്തരം നൽകാൻ കഴിയാത്ത ഈ മഹാ ചോദ്യത്തിന്റെ ഉത്തരം റാണി പറഞ്ഞപ്പോൾ എല്ലാവരും ഒന്ന് അത്ഭുതപ്പെട്ടുപോയി.

ആ ദിവസത്തെ സംസാരവിഷയമായിരുന്നു ഈ ഉത്തരം. അവസാനം റാണി എല്ലാവരെയും മുറ്റത്തേക്ക് കൂട്ടിക്കൊണ്ടു പോയി. അവിടെ വച്ചിരുന്ന ആ ആര്യവേപ്പിന്റെ തൈ അവൾ എടുത്തു എന്നിട്ട് പറഞ്ഞു" നിങ്ങൾ എല്ലാവരുടെയും മുൻപിൽ വച്ച് ഞാൻ സന്തോഷത്തോടെ മറ്റൊരു ജീവജാലവുമായി എൻറെ ജന്മദിനം പങ്കുവയ്ക്കുകയാണ്."

റാണി ആ കുഞ്ഞ് തൈ വാത്സല്യത്തോടെ കൂടി നടുന്നത് എല്ലാവരും സന്തോഷത്തോടെ നോക്കി നിന്നു. അവസാനം രാമു ചേട്ടൻ പറഞ്ഞു "റാണി നമ്മളെ ഒരു വലിയ കാര്യം തന്നെയാണ് പഠിപ്പിച്ചിരിക്കുന്നത്. നമ്മൾ ചെയ്യുന്ന പ്രവർത്തിയുടെ അർത്ഥമെന്തെന്നും, അത് ചെയ്യുന്നതിലൂടെ നമുക്ക് ലഭിക്കുന്ന ഫലം എന്തെന്നും ആലോചിക്കുന്നത് ഒരു നല്ല കാര്യം തന്നെയാണ്. സത്യം പറഞ്ഞാൽ അത് ആലോചിക്കണം, നമ്മൾ ആരും അത് ചെയ്തില്ല, എന്നാൽ ഇന്ന് റാണി നമ്മൾ എല്ലാവരെയും അത് പഠിപ്പിച്ചു തന്നു."

റാണി എല്ലാവർക്കും പഠിപ്പിച്ചു കൊടുത്ത ഈ സന്ദേശം നാടാകെ പാട്ടായി.......റാണിയുടെയും ആര്യവേപ്പ് തൈയിന്റെയും ജന്മദിനം അങ്ങനെ സന്തോഷകാരകമായി...!

5.കുട്ടൻ

സൂര്യന്റെ കിരണങ്ങളെ മഴത്തുള്ളികളാക്കിയും, ആകാശത്ത് കറുത്ത നിറം പുരട്ടിയും , വേനലിന്റെ ചൂടിൽ തണവ് ചാലിച്ചുകൊണ്ടും കാലവർഷം പിറക്കാറായി.

റാണി നട്ട ചെടിയെ നന്നായി ശുശ്രൂഷിക്കണമെന്നതായി അവളുടെ ലക്ഷ്യം. വേണ്ടതുപോലെ വെള്ളമൊഴിക്കുക, കളകളൊക്കെ പറിച്ചു കളയുക എന്നതൊക്കെ നിത്യ ശുശ്രൂഷയുടെ ഭാഗമായി. ചെടിക്ക് വേണ്ടവിധം സൂര്യപ്രകാശം ഒക്കെ കിട്ടുന്നുണ്ടോ, ചെടി എപ്പോൾ വളർന്ന് ഒരു മരമാകും, എന്നതൊക്കെയായിരുന്നു അവളുടെ ആലോചനകൾ.

ശൈശവത്തിൽ ആഴ്ന്ന ചെടിക്ക് റാണിയുടെ വാത്സല്യം വളരാൻ ഏറെ ഉത്സാഹം നൽകി. ഇളങ്കാറ്റത്ത് ചെടിയുടെ ബാല്യ ഇലകൾ നൃത്തം വയ്ക്കുന്നത് കാണുമ്പോൾ അവളുടെ മനസ്സിൽ ഏറെ സന്തോഷം നിറയാറുണ്ട്. അവളുടെ ആഗ്രഹം ,തിരിച്ചു ഫ്ലാറ്റിലേക്ക് പോകുന്നതിനു മുമ്പ് ആ ആര്യവേപ്പ് തൈ, വളർന്ന് ചില്ലകൾ ഒക്കെ പടർന്ന ഒരു വലിയ മരമാകണമെന്നാണ്. റാണി എപ്പോഴും ഈ കാര്യം രാഹുലിന്റെ അടുത്ത് പറയാറുണ്ട് എന്നാൽ രാഹുൽ അത് കേൾക്കുമ്പോൾ ചിരിച്ചുകൊണ്ട് പറയും " പിന്നെന്താ ആ മരം വളരുക മാത്രമല്ല നീ ആ മരത്തിൽ കയറുകയും ചെയ്യും...."

 അങ്ങനെയിരിക്കെ ഒരു ദിവസം റാണി മുറ്റത്തെ കാഴ്ചകൾ ഒക്കെ കണ്ട് പുറത്ത് ഇരിക്കുകയായിരുന്നു . തെളിഞ്ഞ ആകാശത്തിനെ മറച്ചുകൊണ്ടുള്ള കാർമേഘങ്ങളുടെ സഞ്ചാരം കണ്ട് റാണി ഭയന്നു . എന്നാൽ ആ ഭയം ഇടിമിന്നലോ മഴയോ കാരണമല്ല, തന്റെ കൂട്ടുകാരൻ കുട്ടനെ കുറിച്ച് ഓർത്താണ്. കുട്ടനെ മുറ്റത്ത് കാണാനേയില്ല. അവൾ പേടിച്ചുപോയി, ഇനി കുട്ടന് വല്ലതും സംഭവിച്ചൊ ? നല്ല മഴക്കാറാണ് ഉള്ളത്...

കുട്ടൻ ഒരു ഉറുമ്പാണ്.....

അതെ ആദ്യം കേൾക്കുമ്പോൾ പരിഹാസവും ചിരിയും തോന്നുമെങ്കിലും, അതാണ് യാഥാർത്ഥ്യം. മുറ്റത്തെ സൈന്യമായ ഒരു കൂട്ടം ഉറുമ്പുകളുടെ പടയിൽ നിന്ന് റാണി എങ്ങനെ ഒരു ഉറുമ്പിനെ മാത്രം തിരിച്ചറിയുന്നു എന്ന ചോദ്യം കുട്ടനെ കുറിച്ച് ആദ്യമായി കേൾക്കുന്ന ഏവർക്കും തോന്നാറുണ്ട്.

"നമ്മുടെ മുറ്റത്ത് മുഴുവൻ ചുവന്നതും വലുതുമായ ഉറുമ്പുകൾ മാത്രമേയുള്ളു.. അതിൽ നിന്ന് കുഞ്ഞ് കറുത്ത കുട്ടനെ കണ്ടുപിടിക്കാൻ എന്താ പാട്?" എന്നതായിരുന്നു റാണിയുടെ എന്നത്തേയും മറുപടി.

ഏറെ മനോഹാരിത നിറഞ്ഞ പ്രകൃതിയുടെ മായാജാലങ്ങൾ കാണാത്ത ഈ ലോകത്ത് ഒരു ഉറുമ്പിനെയൊക്കെ ആര് ശ്രദ്ധിക്കാൻ, എന്നാൽ റാണി ചുറ്റുപാടുമുള്ള എല്ലാത്തിനെയും ശ്രദ്ധിക്കാറുണ്ട്. പ്രകൃതിയുടെ ഓരോ കളികളും ചിരികളും എല്ലാം അവൾക്ക് കൗതുകം സമ്മാനിക്കാറുണ്ട്. അതുപോലെ അവളുടെ ശ്രദ്ധയിൽപ്പെട്ട ഒരു ജീവജാലമാണ് കുട്ടൻ.

എല്ലാ ദിവസവും വൈകുന്നേരം മുറ്റത്തെ ഊഞ്ഞാലിൽ ഇരിക്കുമ്പോൾ അവൾ കുട്ടനെ കാണാറുണ്ട്. അവന്റെ കുസൃതികളും കളികളും എല്ലാം കണ്ടിരിക്കാൻ എന്തു രസമാണ്. അവൻ ചട്ടിയിൽ നിൽക്കുന്ന കുറ്റി മുല്ല ചെടിയിലെ ഒരോ കൊമ്പിൽ നിന്ന് ചാടി നടക്കുന്നതും, ധീരസാഹസത്തോട അടുക്കളയിൽ നിന്ന് പഞ്ചസാര എടുത്തുകൊണ്ടുവന്ന് പക്ഷികളുടെയും അണ്ണാറക്കണ്ണന്റെയും ഒക്കെയൊപ്പം ഇരുന്ന് കഴിക്കുന്നതും എല്ലാം വൈകുന്നേരത്തെ കാഴ്ചകളാണ്. റാണിക്ക് ചിലസമയം തോന്നാറുണ്ട് കുട്ടൻ കുരങ്ങനായിട്ടു ജനിക്കേണ്ടതായിരുന്നു എന്ന്. അത്രയ്ക്ക് ചാട്ടമാണ്.

എന്നാൽ റാണിയിപ്പോൾ ഏറെ സങ്കടത്തിലാണ്. നല്ല ശക്തിയിൽ മഴപെയ്യാൻ തുടങ്ങി. മുറ്റത്ത് ആകെ മഴയുടെ മേളം. ചെടികൾ മഴയത്ത് ആഹ്ലാദത്തോടെ ചാഞ്ചാടിയും, പക്ഷികൾ പാട്ടുപാടിയും, അണ്ണാരകണ്ണന്മാർ മഴയുടെ താളത്തിനൊത്ത് നൃത്തം ചെയ്തും, ഏവരും ഏറെ നാളുകൾക്കുശേഷം വന്ന അതിഥിയെ സ്വാഗതം ചെയ്തു. ഉറുമ്പുകളുടെ കൂട്ടമാണെങ്കിലോ ഓടിയോടി ഓരോ ഇലകളുടെ അടിയിൽ അഭയം പ്രാപിക്കുകയായിരുന്നു.

എന്നാൽ റാണിയുടെ കണ്ണുകൾ തിരയുന്നത് കറുത്ത നിറമുള്ള ആ ഉറുമ്പിനെയാണ്. ഏറെ ശ്രദ്ധയോടുകൂടി അവൾ നോക്കിയപ്പോഴാണ് തുളസിത്തറയുടെ ഇടയിൽ നിന്ന് ആരോ എത്തിനോക്കുന്നത് കണ്ടത്. അവളുടെ കണ്ണുകൾ തുളസിത്തറയിലേക്ക് ആഞ്ഞ് നോക്കി. അത് മറ്റാരുമല്ല കുട്ടൻ തന്നെയായിരുന്നു.

റാണിയുടെ ഉള്ളൊന്ന് തണുത്തു. കുട്ടന് കുഴപ്പമൊന്നുമില്ലല്ലോ, സമാധാനം. അവൾ പതിയെ കസേരയിൽ ചാരിയിരുന്നു, മഴയോടൊപ്പം ആകാശത്ത് നിന്ന് വന്ന ആഹ്ലാദം മുറ്റത്ത് നിറഞ്ഞു.

എന്തു രസം . മഴ കൊണ്ടുവരുന്ന മറ്റൊരു സമ്മാനമാണ് മുറ്റത്തെ കുളം, അപ്പോൾ കുളത്തിൽ കളിക്കാൻ കിട്ടുന്ന അ ചെറിയ അവസരം മുറ്റത്തെ കൂട്ടുകാർ ഒരിക്കലും പാഴാക്കാറില്ല.

ഒരു നിമിഷത്തേക്ക് റാണി കണ്ണുകൾ പൂട്ടി ആലോചിച്ചു "മുറ്റത്തെ ആഹ്ലാദത്തിൽ പങ്കുചേരാനും , കുട്ടനെ കണ്ട് സംസാരിക്കാനും , മുറ്റത്തെ കൂട്ടുകാരെ കണ്ടറിയാനും എനിക്ക് കഴിഞ്ഞിരുന്നെങ്കിൽ..."

അവൾ ഇതെല്ലാം ആലോചിച്ച് ഒന്നു മയങ്ങി. പെട്ടെന്ന് ഒരു വിളി"റാണി... എഴുന്നേൽക്കൂ.."

ആ ശബ്ദം കേട്ട റാണി പതുക്കെ എഴുന്നേറ്റു . അവളുടെ കണ്ണുകൾ പതുക്കെ തുറന്നപ്പോൾ കണ്ടത് അത്ഭുതകരമായ ഒരു കാഴ്ച തന്നെയായിരുന്നു . അമ്പരന്നു നിൽക്കുന്ന റാണിക്ക് ആകെ ഓർമ്മവന്നത് ഒച്ച വയ്ക്കാനാണ് "ആ.....". എന്നാൽ ഒച്ച വയ്ക്കുന്നതിന്റെ ഇടയിൽ അവൾ പെട്ടെന്ന് കാല് തെറ്റി താ കിടക്കുന്നു നിലത്ത്.

മുമ്പിൽ നിൽക്കുന്ന ആ ആൾ പെട്ടെന്ന് കൈ നീട്ടി. റാണി പതുക്കെ പിടിച്ചെഴുന്നേറ്റു . എന്നാൽ ഇപ്പോഴും എന്താണ് സംഭവിക്കുന്നത് എന്ന് അവൾക്ക് ഒരു ധാരണയുമില്ല. അവളുടെ മനസ്സിൽ നിന്ന് ആകെ ഒരു ചോദ്യം മാത്രമേ പുറത്തുവന്നുവൊള്ളൂ "നീ എങ്ങനെ ഇത്ര വലുതായി?"

ആ ചോദ്യത്തിനെ പിന്തുടർന്ന് വന്നത് ചിരിച്ചുകൊണ്ടുള്ള ഒരു മറുപടിയായിരുന്നു"എൻറെ റാണി, ഞാൻ വലുതായതല്ല നീ ചെറുതായതാണ് ..".

റാണിക്ക് അത്ഭുതമാണ് തോന്നിയത് ഇത്രനേരം വലുതായിരുന്ന അവൾ എങ്ങനെ ഒരു ക്ഷണനേരം കൊണ്ട് ചെറുതായി..? ഇത് ഒരു സ്വപ്നമാണൊ ? എന്നാൽ അപ്പോൾ അവളുടെ മനസ്സിൽ ആ ചോദ്യങ്ങൾക്കൊന്നും യാതൊരു പ്രസക്തിയും ഉണ്ടായിരുന്നില്ല , കാരണം തന്റെ കൂട്ടുകാരനോട് സംസാരിക്കാൻ കിട്ടിയ അവസരം വിഷമിച്ച് കളയാൻ അവൾക്ക് തോന്നിയില്ല.

അതെ അവളുടെ മുമ്പിൽ നിന്നത് കുട്ടൻ തന്നെയായിരുന്നു!!

"കുട്ടാ... നിന്നോടൊപ്പം സംസാരിക്കാൻ കിട്ടുന്നത് ആദ്യമായിട്ടാണ്. നമുക്ക് ഈ അവസരം എപ്പോഴും കിട്ടില്ല , അതുകൊണ്ട് നമുക്ക് കളിക്കാം..?"റാണി പറഞ്ഞു.

അവളുടെ മുഖം സൂര്യനോളം തെളിഞ്ഞിരിക്കുകയായിരുന്നു . മുറ്റത്തെ കൂട്ടുകാരിൽ ഒരാളായ കുട്ടനെ കാണാൻ സാധിച്ചെങ്കിൽ ബാക്കിയുള്ളവരെയും കാണാൻ കഴിയും എന്നോർത്ത് അവൾ സന്തോഷിച്ചു .

കുട്ടൻ ഉത്തരം നൽകി" അതെയതെ .. നമുക്ക് കളി ആരംഭിക്കാം. നിന്നോടൊപ്പം കളിക്കണമെന്നും സംസാരിക്കണമെന്നും എപ്പോഴും എനിക്ക് ആഗ്രഹമുണ്ടായിരുന്നു. ഇന്ന് ഇതാ അത് സഫലമായിരിക്കുന്നു."

അവർ മുറ്റത്തേക്ക് ഇറങ്ങി. മഴയുടെ ആവേശത്തിന് ചെറിയ ഒരു ശമനമുണ്ടായിരുന്നു , ചാറ്റൽ മഴ മാത്രമേയൊള്ളൂ. ആകാശത്തോളം വലുപ്പമുള്ള മരങ്ങൾ, മഴ നൽകിയ കുളം, അവളെക്കാൾ ഉയർന്നു നിൽക്കുന്ന പുല്ലുകളും , മറ്റു ചെടികളും പൂക്കളും ഒക്കെ കണ്ടപ്പോൾ റാണി കുട്ടനോട് പറഞ്ഞു "ചെറുതായിരിക്കുമ്പോൾ മുറ്റം കാണാൻ അതിമനോഹരമായ ഒരുകാട് പോലെ തോന്നും . വരൂ നമുക്ക് ബാക്കിയുള്ള കൂട്ടുകാരെ കാണണ്ടേ."

കുട്ടൻ റാണി പറഞ്ഞത് കേട്ട് എന്തോ പറയാൻ തുടങ്ങിയതും പുറകിൽ നിന്ന് എന്തോ ഒരു ശബ്ദം കേട്ടു."ഡര്... ഡര് " അവർ ഭയന്ന് തിരിഞ്ഞു നോക്കുന്നതിനിടെ റാണി വിറയ്ക്കുന്ന ശബ്ദത്തോടെ പറഞ്ഞു "കാടുകളിൽ സഞ്ചരിക്കണം എന്ന ആഗ്രഹം മാത്രമേ എനിക്ക് ഉണ്ടായിരുന്നുകൊള്ളൂ , എന്നാൽ അവിടുത്തെ വന്യമൃഗങ്ങളെ പരിചയപ്പെടണം എന്ന് എനിക്കൊരു ആഗ്രഹവുമില്ല..."

രണ്ടുപേരും തിരിഞ്ഞപ്പോൾ കണ്ടത് ഒരു ഭീമാകാരമായ രൂപമായിരുന്നു... , അതിൻറെ രണ്ട് വലിയ കണ്ണുകളും അവരെ തന്നെ നോക്കിക്കൊണ്ടിരിക്കുകയായിരുന്നു. ഏതു നിമിഷവും ചാടി അവരുടെ പുറകിൽ വരാൻ തയ്യാറായി നിൽക്കുന്നത് ഒരു തവളയായിരുന്നു.

അവരെ തന്നെ തുറിച്ചു നോക്കിക്കൊണ്ടിരിക്കുന്ന ആ തവളയെ കണ്ട് കുട്ടൻ ഭയന്നു .

റാണി പരിഹാസപൂർവ്വം പറഞ്ഞു "കുട്ടാ.. നീ എന്തിനാണ് പേടിക്കുന്നത് ഈ തവളയെ ഞാനിപ്പോൾ ഓടിക്കാം".

കുട്ടൻ റാണിയോട് ഒരു പതിഞ്ഞ സ്വരത്തിൽ പറഞ്ഞു "എൻറെ റാണി, നീ മറന്നുവോ ... നീ ഇപ്പോൾ വലുതല്ല ചെറുതാണ് നിനക്ക് ഈ ഭീകരനായ തവളയെ എന്തു ചെയ്യാൻ സാധിക്കും?"

കുട്ടൻ പറഞ്ഞത് കേട്ടപ്പോഴാണ് റാണിക്ക് യാഥാർത്ഥ്യം ഓർമ്മ വന്നത്. കുട്ടൻ ചോദിച്ചു "ഇനിയെന്താ?"

" നമുക്ക് ഇനി ആകെ ചെയ്യാൻ കഴിയുന്ന വീരസാഹസം ഓടുക എന്നതാണ്." എന്ന് റാണി പറഞ്ഞവസാനിപ്പിച്ചതും ഇരുവരും ഓടാൻ തുടങ്ങി. എന്നാൽ തവളയും പിന്നോട്ടില്ല, കുറെനാളുകൾക്കു ശേഷം കിട്ടിയ ഭക്ഷണത്തെ വെറുതെ വിട്ടു കളയില്ല എന്ന് ഉറപ്പിച്ചു തീരുമാനിച്ച തവളയും അവരുടെ പിന്നാലെ ഓടാൻ തുടങ്ങി.

അവസാനം ഓടിയോടി അവർ മഴ സമ്മാനിച്ച കുളത്തിന് അരികിൽ എത്തി. കുട്ടൻ നോക്കി നിന്നില്ല. അവൻ റാണിയോട് പറഞ്ഞു "റാണി.. ഒന്ന് വരൂ എന്നെ ഈ മാവിലയെടുക്കാൻ സഹായിക്കൂ..."

 ഒരു നിമിഷം പോലും പാഴാക്കാതെ റാണിയും കുട്ടനും ആ ഇല എടുക്കുവാനായിട്ടുള്ള പരിശ്രമം ആരംഭിച്ചു . അപ്പോഴാണ് റാണിയുടെ മനസ്സിൽ ഒരു ചിന്ത കടന്നുകൂടിയത് "വലുതായിരുന്നപ്പോൾ ചെയ്തുകൊണ്ടിരുന്ന ചെറിയ കാര്യങ്ങൾ ദാ ഇപ്പോൾ അത്യാവശ്യമായിരിക്കുന്നു ."

അതേസമയം തന്റെ ഇരകളെ പിടിക്കാൻ ആർത്തിയോടെ ചാടി വരുന്ന തവള അവർക്ക് പോകാൻ മറ്റിടമില്ല എന്ന് കണ്ടപ്പോൾ താൻ ജയിച്ചു എന്ന അഹങ്കാരത്തോടെ ചിരിക്കാൻ തുടങ്ങി.

തവളയുടെ അഹങ്കാരം മുതലാക്കി റാണിയും കുട്ടനും ആ സമയം കൊണ്ട് ഇല അതിസാഹസപൂർവ്വം വെള്ളത്തിലിട്ടു, അവർ രണ്ടുപേരും ആ ഇലയിൽ കയറി , അടുത്തു കിടന്നിരുന്ന ഒരു ചുള്ളിക്കമ്പും എടുത്തു, തുഴയാൻ തുടങ്ങി. തവള ചാടി ചാടി കുളക്കടവിൽ എത്തിയതും ഇരകൾ ഇരുവരും രക്ഷപ്പെട്ടിരുന്നു .

 ഇതുവരെ നടന്നതൊന്നും വിശ്വസിക്കാനാവാത്ത റാണി കുട്ടനോട് പറഞ്ഞു "ഞാൻ ഒരിക്കലും കരുതിയിരുന്നില്ല ഒരു മാവില തോണി ആകുമെന്നോ ഒരു കൊമ്പ് പങ്കായം ആവുമെന്നോ . ഇനി നമുക്ക് വീട്ടിലേക്ക് പോകാം.."

 ചാറ്റൽ മഴയുടെ വേഗത വർദ്ധിച്ചു. തോണി ചെറുതായി ചാഞ്ഞ് മറയാൻ തുടങ്ങിയെങ്കിലും , കരയ്ക്കടുക്കാറായതുകൊണ്ട്

ഇരുവരും ഭയന്നില്ല .കുട്ടൻറെ മുഖം ഒന്നു വാടി, അതു കണ്ടപ്പോൾ അവൾ ചോദിച്ചു"എന്തുപറ്റി, ഞാൻ എന്തെങ്കിലും തെറ്റ് പറഞ്ഞൊ?"

കുട്ടൻ താഴത്തേക്ക് നോക്കി കണ്ണുനീർ തുടച്ചു .എന്നിട്ട് പറഞ്ഞു"ഇല്ല.... കാര്യമെന്താണെന്ന് വെച്ചാൽ എനിക്ക് വീടില്ല ... റാണിക്ക് അറിയാലോ ഞാനാണ് ഈ മുറ്റത്തെ ആകെയുള്ള കറുത്ത ഉറുമ്പെന്ന്, അതുകൊണ്ട് ബാക്കിയുള്ള ഉറുമ്പുകൾ ഒന്നും എന്നെ ഈ മുറ്റത്ത് താമസിക്കാൻ സമ്മതിക്കാറില്ല . എനിക്കിവിടെ കൂട്ടുകാരായി ആരുമില്ല..."

"ഞാനില്ലേ കൂട്ട്..?"റാണി അവനെ ആശ്വസിപ്പിച്ചുകൊണ്ട് പറഞ്ഞു.

തോണി കരയിലെത്തി. റാണി മുറ്റത്തെ കറിവേപ്പ് ചെടിയുടെ ചുവട്ടിലേക്കോടി . അവൾ ഉറക്കെ കുട്ടനോട് വിളിച്ചുപറഞ്ഞു "കുട്ടാ , നമുക്ക് ഈ കറിവേപ്പ് ചെടിയിൽ നിനക്കൊരു വീട് വച്ചാലോ ...?"

കുട്ടൻറെ മുഖം ഒന്ന് തെളിഞ്ഞു. ആ ചിരി കണ്ട് ആകാശത്തെ കാർമേഘങ്ങൾ , മാറിക്കൊടുത്തു മാനം തെളിഞ്ഞു. "അതിൻറെയൊന്നും ആവശ്യമില്ല റാണി , ഇപ്പോൾ ആലോചിക്കുമ്പോൾ ഞാൻ നിന്നോട് കള്ളം പറഞ്ഞതാണെന്ന് തോന്നുന്നു . എനിക്ക് യാഥാർത്ഥ്യത്തിൽ ഒരു വീടുണ്ട് ,ഭിത്തിയും മതിലും ഒന്നും ഇല്ലാത്ത , ധാരാളം കാടും മലകളുമുള്ള , എനിക്ക് കളിച്ച് ചിരിച്ച് നടക്കാനുള്ള ഒരു വീട്. എപ്പോഴും എന്നെ സംരക്ഷിക്കുന്ന ആ വീട് ഭൂമിയാണ്"

" എന്നാൽ നിനക്ക് ഇത് നേരത്തെ തോന്നാത്തത് എന്തുകൊണ്ടായിരുന്നു ?"

" എൻറെ മനസ്സിൽ, ഈ ഭൂമിയിൽ താമസിക്കാൻ കഴിയുന്നതിൻറെ സന്തോഷത്തെ മൂടി മറച്ചത് ഒരു സുഹൃത്തില്ലാത്തതിൻറെ സങ്കടമായിരുന്നു.പാത്തും പതുങ്ങിയും വന്ന്, നമ്മുടെ മനസ്സിനെ പ്രകാശിപ്പിക്കുന്ന സന്തോഷങ്ങളെ കവരുന്നതും, അവയെ നമ്മുടെ മനസ്സിൻറെ ഏതൊക്കെയോ കോണിൽ ഒളിപ്പിച്ചു വയ്ക്കുന്നതും സങ്കടത്തിൻറെ ഒരു സ്വഭാവമാണ്. എന്നാൽ റാണി, നീ ഇന്ന് ആ സന്തോഷത്തെ കണ്ടു പിടിച്ച് എൻറെ മനസ്സിനെ വീണ്ടും പ്രകാശിപ്പിച്ചിരിക്കുന്നു."

"അപ്പോൾ ആകാശത്തിൽ നിന്ന് കാർമേഘങ്ങളെ ഒളിപ്പിച്ചുകൊണ്ട് പ്രകൃതിയിൽ പ്രകാശം നൽകുന്ന സൂര്യനെ പോലെയാണല്ലേ

ഞാൻ.... രാഹുലിന്റെയെടുത്ത് ഈ കാര്യം പറഞ്ഞാൽ എപ്പൊ എന്നെ കളിയാക്കി എന്ന് ചോദിച്ചാൽ മതി ..." റാണി പുഞ്ചിരിച്ചുകൊണ്ട് പറഞ്ഞു . അവർ ഇരുവരും പൊട്ടിച്ചിരിച്ചു .

" കുട്ടാ നമ്മളെ എന്നും സംരക്ഷിക്കുന്ന ഈ ഭൂമിക്ക് , നമുക്കും എന്തെങ്കിലും അങ്ങോട്ട് സമ്മാനിക്കേണ്ടേ..?"

കുട്ടൻ തലയാട്ടി. അങ്ങനെ അവർ നല്ലൊരു സമ്മാനം തപ്പി ഇറങ്ങി. തിരഞ്ഞു തിരഞ്ഞ് മുറ്റത്ത് മുഴുവൻ നടന്നു, എന്നാലും സമ്മാനം കണ്ടുപിടിച്ചില്ല .

നടന്നു ക്ഷീണിതനായ കുട്ടൻ സൂര്യകാന്തി ചെടിയുടെ താഴെ വിശ്രമിക്കാനായി ഇരുന്നു . അവൻ തലയുയർത്തി ഒന്നു മുകളിലേക്ക് നോക്കിയതും ,ദാ സൂര്യകാന്തി ചെടിയുടെ മുകളിൽ സമ്മാനം ഭദ്രമായി ഇരിക്കുന്നു !

കുറച്ചുനേരത്തിനു ശേഷം തിരച്ചിലൊക്കെ കഴിഞ്ഞ് റാണി വന്നപ്പോൾ കുട്ടൻ സൂര്യകാന്തി ചെടിയുടെ മുകളിലെ സമ്മാനം റാണിക്ക് കാണിച്ചുകൊടുത്തു . "ഇതിവിടെ ഇരുന്നിട്ട് ആണോ നമ്മൾ ഈ മുറ്റം മുഴുവൻ തിരഞ്ഞത്?"

പിന്നെ ഇരുവരും സംസാരിച്ചു സമയം പാഴാക്കിയില്ല , നേരെ സൂര്യകാന്തി ചെടിയുടെ മുകളിൽ കയറാൻ ആരംഭിച്ചു. അങ്ങനെ സമ്മാനം അവരുടെ കൈകളിലായി...

"നമുക്ക് എന്നാൽ ഈ വിത്തുകൾ നടാൻ ആരംഭിച്ചാലോ?"

" ശരിയാണ് , ഇപ്പോൾതന്നെ തുടങ്ങാം. സൂര്യകാന്തി വിത്തുകളെക്കാൾ നല്ല ഒരു സമ്മാനം വേറെ എവിടെയുണ്ടല്ലേ കുട്ടാ...?"

" അതേ റാണി, പ്രകൃതിക്ക് നമുക്ക് നൽകാൻ കഴിയുന്ന രണ്ട് സമ്മാനങ്ങളിൽ ഒന്നാണ് ഒരു ചെടി നടുക എന്നത്."

" അപ്പോൾ രണ്ടാമത്തെ സമ്മാനം എന്താണ് ?"

" പ്രകൃതിയെ വൃത്തിയായി സൂക്ഷിക്കുക."

അങ്ങനെ ഇരുവരും മഴ തഴുകിയ മണ്ണിൽ അവരുടെ കരങ്ങളാൽ ഒരു കുഴി നിർമ്മിച്ചു .മാതൃസ്നേഹം നിറഞ്ഞ ആ മണ്ണിലേക്ക് അവർ വിത്തുകൾ പാകി . പിന്നെ വീണ്ടും ആ കുഴി മണ്ണാൽ മൂടി. അവർ

വിത്തുകൾ നട്ടത് എവിടെയാണെന്ന് തിരിച്ചറിയാൻ വേണ്ടി കരിയിലയും ചുള്ളിക്കമ്പും കൊണ്ടുണ്ടാക്കിയ കൊടി അവിടെ സ്ഥാപിച്ചു.

" എനിക്ക് ഈ വിത്തുകൾ ഇപ്പോൾ തന്നെ വളർന്ന് ഒരു ചെറിയ തൈ ആവണമെന്നുണ്ട് ." റാണി ഇത് പറഞ്ഞു കഴിഞ്ഞതും മണ്ണിൽ നിന്ന് ആരോ കൊടിയൊക്കെ തട്ടിയിട്ടുകൊണ്ട് ഉറക്കത്തിൽ നിന്ന് എഴുന്നേറ്റത് പോലെ വന്നു.

"റാണി ഇത്ര പെട്ടെന്ന് നിൻറെ ആഗ്രഹം സഫലമാവുമെന്ന് ഞാൻ കരുതിയിരുന്നില്ല.." ഈ കാഴ്ച കണ്ട കുട്ടൻ പറഞ്ഞു.

അതെ, ആ മണ്ണിൽ നിന്ന് മുളച്ചു വന്നത് ഒരു ചെറിയ സൂര്യകാന്തി തൈയാണ് . സന്തോഷം നിറഞ്ഞൊഴുകിയപ്പോൾ റാണി അവളുടെ അതേ വലിപ്പമുള്ള ആ ചെറിയ തൈയിനെ പോയി കെട്ടിപ്പിടിച്ചു.

"റാണി, നീ സൂര്യകാന്തി തൈയിന്റെ മുകളിലേക്ക് ഒന്നു നോക്കൂ.." അമ്പരന്നു നിൽക്കുന്ന കുട്ടൻ പറയുന്നത് കേട്ട് റാണി മുകളിലേക്ക് നോക്കിയപ്പോൾ കണ്ടത് ഒരു ചെറിയ മഞ്ഞ സൂര്യകാന്തിയുടെ മൊട്ടിനെയായിരുന്നു. ആ മൊട്ടിന് സ്വർണ്ണം നിറം പകർന്നുകൊണ്ട് സൂര്യൻറെ കിരണങ്ങൾ അതിൽ പതിച്ചു. എന്ത് ചന്തമായിരുന്നു ആ കാഴ്ച കാണാൻ.

" ഇതെന്തൊരു മായാജാലം...." ഈ ചോദ്യം ചോദിച്ചത് കുട്ടനോ റാണിയോ അല്ല. ചോദ്യത്തിന്റെ കാരണം കുറച്ചുസമയം മുൻപ് പാകിയ വിത്തുകൾ ഒരു നിമിഷം കൊണ്ട് ഒരു തൈയായി മുളച്ചു വന്നതോ , അതിൽ മൊട്ടുണ്ടായതോ അല്ല.

"മുറ്റത്ത് ഇത്രയും ചെറിയ ഒരു കുട്ടിയോ?" എന്ന സംശയമായിരുന്നു ആ ചോദ്യത്തിന്റെ കാരണം . ഈ ശബ്ദം കേട്ട് റാണിയും കുട്ടനും തിരിഞ്ഞു നോക്കിയപ്പോൾ അവരുടെ പുറകിൽ അമ്പരന്ന് നിൽക്കുന്ന മുറ്റത്തെ സൈന്യത്തെയാണ് കണ്ടത്. അവരുടെ പുറകിൽ നിൽക്കുന്ന ചുവന്ന ഉറുമ്പുകളെ കണ്ടപ്പോൾ റാണിക്ക് പെട്ടെന്ന് ഒരു ബുദ്ധിയൊദിച്ചു.

അവൾ ഗൗരവ ഭാവത്തോടെ ചുവന്ന ഉറുമ്പുകളോട് പറഞ്ഞു " എന്നെ ഇവിടെ പ്രകൃതിയാണ് അയച്ചിരിക്കുന്നത് .....,ഇവിടെ എന്തോ ഒരു പ്രശ്നം നടക്കുന്നുണ്ടെന്ന് പ്രകൃതി അറിഞ്ഞിരിക്കുന്നു.."

ചുവന്ന ഉറുമ്പുകളൊക്കെ പരസ്പരം നോക്കി . കുട്ടനും റാണി ഉദ്ദേശിക്കുന്നത് എന്താണെന്ന് മനസ്സിലായിട്ടില്ല എന്നാലും അവളുടെ മനസ്സിൽ എന്തോ ഒരു പദ്ധതി ഉണ്ടെന്ന് അവൻ മനസ്സിലായി.

"ഈ മുറ്റത്ത് ഞങ്ങളുടെ അറിവിൽ പ്രശ്നങ്ങൾ ഒന്നും ഇല്ലല്ലോ" ഒരു ഉറുമ്പ് പറഞ്ഞു .

" ഉണ്ടല്ലോ, ചുവന്ന ഉറുമ്പുകളുടെ കൂട്ടത്തിൽ ഈ കുട്ടനെ കൂട്ടുന്നില്ല എന്നതാണ് പരാതി.. പ്രകൃതി നിങ്ങളുടെ ഈ വേർതിരിവ് മാറ്റാനാണ് എന്നെ ഇവിടെ അയച്ചിരിക്കുന്നത്."

" എന്നാൽ ഞങ്ങൾ ചുവന്ന ഉറുമ്പുകൾ അല്ലേ കറുത്ത ഉറുമ്പായ കുട്ടന്റെ എടുത്ത് എന്തിനു സുഹൃത്തുക്കൾ ആവണം ?" എന്നതായിരുന്നു മറ്റൊരു ചുവന്ന ഉറുമ്പിന്റെ അടുത്ത ചോദ്യം .

" നിങ്ങളെല്ലാവരും പ്രകൃതി എന്ന കലാകാരിയുടെ ചിത്രത്തിൻെറ ഒരു ഭാഗമാണ്, അപ്പോൾ ആ കലാകാരി ഓരോരുത്തർക്കും പകരുന്ന നിറങ്ങളെ നമ്മൾ ഒരിക്കലും ഒരു വേർതിരിവായി കാണാൻ പാടില്ല. എന്നാൽ അത് യാഥാർത്ഥ്യത്തിൽ നമ്മുടെ ഭൂമിയുടെ ഓരോ മനോഹാരിതയാണ് .."

റാണി പറഞ്ഞ ഈ വിഷയത്തെക്കുറിച്ച് ചുവന്ന ഉറുമ്പുകൾ എല്ലാവരും ഒന്നാലോചിക്കാൻ തുടങ്ങി. ഇത്രയും നാൾ കുട്ടനെ വേർതിരിച്ച് കണ്ടതിന്റെ കുറ്റബോധവും ചില ഉറുമ്പുകളുടെ മുഖത്ത് വ്യക്തമായി കാണാൻ കഴിഞ്ഞു. അവസാനം ഉറുമ്പുകളുടെ സൈന്യത്തിൽ നിന്ന് ഏറ്റവും പ്രായം കൂടിയ മുത്തശ്ശൻ ഉറുമ്പ് അവരുടെ തീരുമാനം റാണിയോടും കുട്ടനോടും പറഞ്ഞു" ഞങ്ങൾ ചെയ്തത് തെറ്റാണെന്ന് ഞങ്ങൾക്ക് മനസ്സിലായിരിക്കുന്നു, കുട്ടനോടും പ്രകൃതിയോടും ഞങ്ങൾ ക്ഷമ ചോദിക്കുന്നു ..."

"അതൊന്നും സാരമില്ല , ഇപ്പോൾ നമ്മൾ കൂട്ടുകാരായല്ലോ അതുമതി.." കുട്ടൻ പുഞ്ചിരിച്ചുകൊണ്ട് പറഞ്ഞു. അങ്ങനെ അവരുടെ ഒപ്പം കുറച്ചുനേരം സംസാരിച്ചതിനു ശേഷം മുറ്റത്തെ സൈന്യം പുറപ്പെട്ടു .

" എന്നാലും എൻെറ റാണി നീ പറഞ്ഞത് കേട്ട് അവർക്ക് എങ്ങനെ ഇത്ര പെട്ടെന്ന് കാര്യങ്ങൾ ഒക്കെ മനസ്സിലായി?" കുട്ടൻ ചോദിച്ചു.

" എങ്ങനെ മനസ്സിലാകാതെ ഇരിക്കും, ഞാൻ അത്ര വ്യക്തവും സ്പഷ്ടവും ആയിട്ടല്ലേ കാര്യങ്ങളൊക്കെ പറഞ്ഞുകൊടുത്ത് ..."

റാണി കളിയാക്കി പറഞ്ഞു ."എന്തായാലും കൂട്ടാ ഇത്ര പെട്ടെന്ന് സൂര്യകാന്തി തൈയിൽ മൊട്ട് എങ്ങനെ വന്നു, എന്താണ് ഈ മായാജാലം ?"

"റാണി മുറ്റത്തെ മായാജാലം മറ്റൊന്നുമല്ല സന്തോഷമാണ് !! നിനക്ക് ഏറെ സന്തോഷമുണ്ടായപ്പോഴാണ് ആ തൈ വളർന്നതും, മൊട്ടുണ്ടായതും.. എന്തായാലും എനിക്ക് പുതിയ സുഹൃത്തുക്കളെ നൽകിക്കൊണ്ട് സന്തോഷം സമ്മാനിച്ചതിന് നന്ദി ." കുട്ടൻ ഒരു പുഞ്ചിരിയോടെ പറഞ്ഞു.

" പുതിയ സുഹൃത്തുക്കളെ കിട്ടിയപ്പോൾ എന്നെ ആ സ്ഥാനത്തിൽ നിന്ന് മാറ്റിയോ?" റാണി പറഞ്ഞത് കുട്ടന് മനസ്സിലായില്ല എന്ന് കണ്ടപ്പോൾ റാണി തുടർന്നു "കാരണം കൂട്ടുകാർ തമ്മിൽ നന്ദിയും ക്ഷമയും പറയാറില്ല എന്നാണ് ഞാൻ കേട്ടിട്ടുള്ളത് "

 ആകാശത്ത് മഴയും സൂര്യനും സമ്മാനിച്ച മഴവില്ല് മാനമാകെ പടർന്നു അതുപോലെതന്നെ റാണിയുടെയും കുട്ടന്റെയും മുഖത്ത് ആ മഴവില്ല് പോലെ ഒരു പുഞ്ചിരിയും വിടർന്നു. അവരുടെ സന്തോഷത്തിന്റെ മായാജാലം കാരണമാണെന്ന് തോന്നുന്നു സൂര്യകാന്തി മൊട്ടും വിടർന്നു.

അപ്പോഴാണ് പെട്ടെന്നൊരു വിളി"റാണി....."

അവൾ പെട്ടെന്ന് ഞെട്ടി എഴുന്നേറ്റു. കണ്ണുകൾ ഒക്കെ ഒന്ന് തിരുമ്മി, ഇത്രയും നേരം മുറ്റത്ത് നിന്ന അവൾ ദാ ഇപ്പോൾ കസേരയിൽ ഇരിക്കുന്നു, മുമ്പിലാണെങ്കിൽ രാഹുലും മുത്തശ്ശിയും ചിരിച്ചുകൊണ്ട് നിൽക്കുന്നു. മുത്തശ്ശൻ ആണെങ്കിൽ അകത്തുനിന്ന് എല്ലാവർക്കും ചായയും പലഹാരങ്ങളുമായി പുറത്തേക്ക് വരുകയായിരുന്നു.

 അത്ഭുതപ്പെട്ട് നിൽക്കുന്ന റാണിയെ കണ്ട് മുത്തശ്ശി ചോദിച്ചു"എന്റെ റാണി.. ഇന്നെന്തു സ്വപ്നമാണ് കണ്ടത്?"

 റാണി ഉത്തരം പറയാനായി വാ തുറന്നതും രാമു ചേട്ടനും മുറ്റത്തേക്ക് വന്നു . അതിന്റെ അർത്ഥം കഥ പറയാനുള്ള സമയമായെന്നാണ്. എല്ലാദിവസവും വൈകുന്നേരം പണിയെല്ലാം കഴിഞ്ഞ അല്പനേരം വിശ്രമിക്കുനായി രാമു ചേട്ടൻ അവരുടെ വീട്ടിലേക്ക് വരാറുണ്ട്, അന്നേരം എല്ലാവരും ഒരുമിച്ച് കൂടിയിരുന്ന് ഓരോ കഥകളും നാട്ടുവിശേഷങ്ങളും എല്ലാം ചർച്ച ചെയ്യാറുണ്ട്. റാണിക്ക് ഏറ്റവും ഇഷ്ടം ഓരോ കഥകളൊക്കെ പറയുമ്പോഴാണ്.

പെട്ടെന്ന് പുഞ്ചിരിച്ചുകൊണ്ട് റാണി എല്ലാവരോടും പറഞ്ഞു"
ഇന്നത്തെ കഥ ഞാൻ പറയാം , എൻറെ സ്വപ്നത്തിനെ കുറിച്ച്."

എല്ലാവരും കഥ കേൾക്കാനായി ഒരുങ്ങുന്ന സമയത്ത് റാണിയുടെ
ശ്രദ്ധ പെട്ടെന്ന് മുറ്റത്തേക്ക് തിരിഞ്ഞു . സ്വർണ്ണ നിറത്തിൽ സൂര്യനെ
നോക്കിക്കൊണ്ട് സന്തോഷത്തോടെ ആരോ നിൽക്കുന്നു...അവൾ
കണ്ടത്, സ്വപ്നത്തിൽ അവളും കുട്ടനും നട്ട സൂര്യകാന്തി
ചെടിയെയാണ്. മുറ്റത്തെ സന്തോഷത്തിന്റെ പ്രതീകം എന്ന പോലെ
ആ സൂര്യകാന്തിയുടെ മുഖത്ത് ഒരു ചിരിയും ഉണ്ടായിരുന്നു. ഇത്
കണ്ടുനിന്ന റാണി വിചാരിച്ചു

"ആ കണ്ടത് സ്വപ്നമോ.. അതോ യാഥാർത്ഥ്യമോ?"

6. ആ സ്വപ്നം

കുട്ടന്റെ സ്വപ്നം കണ്ടതിനുശേഷം ദിവസം മൂന്നായിട്ടും
അതുതന്നെയാണ് വീട്ടിലെ സംസാര വിഷയം. രസകരമായ
റാണിയുടെ സ്വപ്നങ്ങളിൽ ഒളിഞ്ഞു കിടക്കുന്ന ചില സന്ദേശങ്ങളെ
കുറിച്ച് രാഹുൽ ഇടയ്ക്കിടെ ആലോചിക്കാറുണ്ട്.

 അങ്ങനെ ആ ദിവസം കാലത്തെ തന്നെ പ്രാതലൊക്കെ ധൃതിയിൽ
കഴിച്ചതിനു ശേഷം റാണിയും രാഹുലും ഓട്ടത്തിലാണ്.
വേഗതയേറിയ ഈ ഓട്ടം കളിയുടെ മൈതാനത്തേക്കാണ്.
വൈകുന്നതിനെക്കുറിച്ച് ചിന്തിക്കാനേ പാടില്ല, കാര്യം വൈകിയാൽ
കളിയുടെ നിയമമനുസരിച്ച് അന്നത്തെ കുരങ്ങൻ അവർ തന്നെ.
കുട്ടികൾക്ക് ഒന്നിലും കൃത്യനിഷ്ഠയില്ല എന്ന മുതിർന്നവരുടെ
ആരോപണം ഈ ഓട്ടം കണ്ടാൽ എങ്ങനെ ശരിയാണെന്ന്
സമ്മതിക്കാൻ ആകും?

എന്തായാലും ഓടുന്നതിനിടെ റാണി രാഹുലിനോട് പറഞ്ഞു "രാവിലെ
കളിക്കുന്നത് ഒരു രസമാണ്."

"അതെന്താ?" രാഹുൽ ചോദിച്ചു.

" പ്രഭാതത്തിലെ ആ ഉണർവും ഉന്മേഷവുമൊക്കെ കളിയെ ഒന്നുകൂടി
രസകരമാക്കി തീർക്കുന്നു.." റാണി പ്രഭാത സൂര്യനെ നോക്കി
പുഞ്ചിരിച്ചുകൊണ്ട് ഉത്തരം നൽകി.

 രാഹുലും ഒന്ന് ചിരിച്ചു എന്നിട്ട് പറഞ്ഞു"ശരിയാണ്, രാവിലെ
എഴുന്നേറ്റ് കാര്യങ്ങൾ ചെയ്യുമ്പോൾ ലഭിക്കുന്ന ഒരു ഉണർവുണ്ട്.
അതുകൊണ്ടാവാം എല്ലാവരും പറയുന്നത് രാവിലെ എഴുന്നേറ്റ് പഠിക്കൂ
എന്ന്. എന്തൊക്കെയായാലും അവധി കാലത്ത് രാവിലെ കളിക്കാം."

 പ്രഭാതത്തിലെ ഇളം വെയിലിൽ കുട്ടികളെല്ലാം അവരവരുടെ
വീടുകളിൽ നിന്നിറങ്ങി ഓട്ടം തുടങ്ങും, കാരണം കുരങ്ങാനായി
പ്രഖ്യാപിക്കപ്പെടാൻ ആർക്കും താല്പര്യമില്ലല്ലോ.
അവധിക്കാലമായതിനാൽ രാവിലെ തന്നെ കളിക്കാൻ
പോകുന്നതിൽ മുതിർന്നവർക്കാർക്കും വിരോധം ഒന്നും
ഉണ്ടായിരുന്നില്ല. മൈതാനത്ത് ഏവരും എത്തിച്ചേർന്നതിനുശേഷം
അന്നത്തെ കളികൾ ആരംഭിക്കും.

റാണിക്ക് ഏറ്റവും പ്രിയം ഭാവനാസൃഷ്ടിയിലൂടെ അവരെല്ലാം ഓരോ കഥയിലെ കഥാപാത്രങ്ങളാണെന്ന് സങ്കൽപ്പിച്ച് കളി ഉണ്ടാക്കുന്നതാണ്. എന്നാൽ ചിലപ്പോൾ രാഹുൽ ഉൾപ്പെടെ കൂട്ടുകാരെല്ലാവരും അവളെ കോപിഷ്ഠയാക്കാനായി പറയും" കുഞ്ഞു കുട്ടികളുടെ ഈ കളി നീ തന്നെ കളിച്ചോട്ടോ..."

കോപവും ദേഷ്യവും സഹിക്കാൻ കഴിയാതെ വരുമ്പോൾ റാണി പറയും "എന്റെ കളിയിൽ ഭാവനയ്ക്കും, ഓട്ടത്തിനും, കലാവാസനെക്കും ഒക്കെ സ്ഥാനമുണ്ട്. ഇത് ബുദ്ധിയുള്ളവരുടെ കളിയാ അതുകൊണ്ട് നിങ്ങൾ ആരും വേണ്ട, ഞാൻ ഒറ്റയ്ക്ക് കളിച്ചോളാം.."

ഇങ്ങനെയുള്ള വഴക്കുകളും, പിണങ്ങലും, ഇണങ്ങലുമൊക്കെ കളിയുടെ മാധുര്യം ഒന്നുകൂടി വർദ്ധിപ്പിച്ചു.

ഓടി കിതച്ച റാണിയും രാഹുലും അവസാനം കളിക്കുന്ന സ്ഥലത്തെത്തി. ഇരുവരുടെയും അധ്യാനത്തിന്റെ പ്രതീകമായി വിയർപ്പ് തുള്ളികൾ മുഖത്തുനിന്ന് ഊർന്ന്, ഇറ്റിറ്റായി നിലത്തേക്ക് പതിച്ചു. അല്പം സമയത്തിനുശേഷം തലയുയർത്തി നോക്കിയപ്പോഴാണ് അവിടെ ചന്തുവും, മിന്നുവും, അപ്പുവും, ചിന്നുവും എല്ലാവരും സജ്ജരായി നിൽക്കുന്നത് കണ്ടത്. അതിൻറെ സാരം എന്തെന്ന് വച്ചാൽ, റാണിക്കും രാഹുലിനും ആ ദിവസത്തെ കുരങ്ങൻറെ പട്ടം സമ്മാനമായി ലഭിച്ചു എന്നതാണ്. കാര്യം മനസ്സിലായ റാണിയും രാഹുലും തമ്മിൽ തമ്മിൽ ഒന്നു നോക്കി, ശേഷം പുഞ്ചിരിച്ചു കൊണ്ട് നിൽക്കുന്ന കൂട്ടുകാരുടെ മുഖത്തേക്ക് നോക്കി, എന്നിട്ട് ഇരുവരും പൊട്ടിച്ചിരിച്ചു, കൂട്ടുകാരും അതിൽ പങ്കുചേർന്നു. എന്തുതന്നെയായാലും കുരങ്ങൻ ആവുക എന്നത് കളിയുടെ ഭാഗമല്ലേ ആരെങ്കിലും ഒരാൾ അത് ആയേ മതിയാവൂ.

കുറച്ചു ചർച്ചകൾക്കുശേഷം അവർ ആ ദിവസം പൈനാപ്പിൾ തോട്ടത്തിൽ കളിക്കാൻ തീരുമാനിച്ചു. തലയിൽ കിരീടം ധരിച്ച പൈനാപ്പിൾ ചേട്ടന്മാരെ കൊണ്ട് നിറഞ്ഞതിനാൽ തന്നെയാണ് ആ സ്ഥലത്തെ പൈനാപ്പിൾ തോട്ടം എന്ന് വിളിക്കുന്നത്. കിരീടത്തിന് താഴെ പൈനാപ്പിൾ ചേട്ടന്മാർ പറിക്കാൻ തക്ക രീതിയിൽ ആകുമ്പോൾ പിന്നെ ഒരു മേളമാണ്.

പൈനാപ്പിൾ ചേട്ടന്മാരെ ഭന്നൊന്നായി ലോറിയിലേക്ക് ആക്കുന്നതും, ക്ഷണിക്കപ്പെടാത്ത അതിഥികളായ അവിടത്തെ ചില പുല്ലുകളെയും ചെടികളെയും വെട്ടി തെളിക്കുന്നതും, കുട്ടികൾ ബാക്കിവരുന്ന

പൈനാപ്പിൾ അയൽവക്കത്ത് കൊടുക്കാനായി കാര്യഗൗരവത്തോടെ ഓടുന്നതും ഒക്കെ ഈ മേളത്തിന്റെ ഓരോ കാഴ്ചകളാണ്.

എന്തായാലും നിലവിൽ പൈനാപ്പിൾ എല്ലാം പറിച്ചു കഴിഞ്ഞതിനാൽ, ആ വിശാലമായ ഭൂമി കുട്ടികൾക്ക് വേണ്ടി മാത്രമുള്ളതായി . കുഞ്ഞുകുഞ്ഞു പുല്ലുകളും അവരുടെ മനോഹരമായ പൂക്കളും കുട്ടികൾക്ക് കളിക്കാൻ സ്ഥലം ഒരുക്കി ആരുടെയും കണ്ണിൽ പെടാതെ ഒരു ഭാഗത്തായി മാറിനിന്നു, വാത്സല്യം നിറഞ്ഞ മരങ്ങൾ കുട്ടികൾക്ക് വെയിൽ അടിക്കാതിരിക്കാൻ സൂര്യനെ മറച്ചു നിന്നു, കുട്ടികളുടെ ആഹ്ലാദം കാണാനായി കാറ്റ് എപ്പോഴും വീശി, കളിച്ചു ക്ഷീണിച്ച കുട്ടികൾ തന്റെ അടുത്തിരുന്ന് ഒരു പുളിക്കുവേണ്ടി മോഹിക്കുമ്പോൾ പുളിമരവും തന്റെ ചില്ലകൾ ഒക്കെ അവർക്ക് വേണ്ടി ഒന്ന് താഴ്ത്തി കൊടുക്കും. ഈ മനോഹാരിതകൾ നിറഞ്ഞ ആ സ്ഥലത്തു കുട്ടികൾ കളിയാരംഭിച്ചു.

അങ്ങനെ ആ ദിവസം അവർ ഓടി പിടുത്തത്തിലൂടെ അന്നത്തെ കളികളുടെ ആരംഭം കുറിച്ചു.

" ആരാണ് ആദ്യമായി എല്ലാവരെയും പിടിക്കാൻ പോകുന്നത്?" ചിന്നു ചോദിച്ചു.

എല്ലാവരെയും തനിക്ക് ഒറ്റ നിമിഷത്തിനകം പിടിക്കാൻ കഴിയും എന്നുള്ള ആത്മവിശ്വാസത്തോടെ അപ്പു ഒരടി മുൻപോട്ടു വച്ചു " എന്താണ് നോക്കി നിൽക്കുന്നത് ? ഇപ്പോൾ തന്നെ ഓടിത്തുടങ്ങുന്നതാണ് നിങ്ങൾക്ക് നല്ലത് ഞാൻ ഓടി തുടങ്ങിയാൽ പിന്നെ എപ്പോ പിടിച്ചു എന്ന് ചോദിച്ചാൽ മതി... "

അപ്പുവിന്റെ വാക്കുകൾ കേട്ട് അവരെല്ലാവരും ചിരിച്ചു, എന്നാൽ സമയം പാഴാക്കാൻ പാടില്ല അവൻ പറഞ്ഞതിലും കാര്യമുണ്ട്. അവരെല്ലാവരും ഓരോ ദിക്കുകളിലേക്ക് ഓടി. പിന്നെ കാര്യങ്ങളെല്ലാം പെട്ടെന്ന് തന്നെയായിരുന്നു അവൻ ക്ഷണനേരം കൊണ്ട് എല്ലാവരെയും പിടിച്ചു. പക്ഷേ രാഹുലിനെ മാത്രം പിടിക്കാൻ സാധിക്കില്ല. ഓട്ടത്തിൽ രണ്ടുപേരും തുല്യരാണ്.

അപ്പു വളരെ പുറകിലാണ്, എന്നെ പിടിക്കാനാവില്ല എന്ന് രാഹുൽ വിചാരിക്കുമ്പോഴേക്കും അപ്പു വേഗത വർദ്ധിപ്പിച്ച് ഓടാൻ തുടങ്ങും, രാഹുലിനെ പിടിച്ചു എന്നു വരുമ്പോഴേക്കും അവനും വേഗത വർദ്ധിപ്പിച്ച് മുന്നോട്ടോടും... കാണികൾ ഏവരും ആകാംക്ഷ ഭരിതരായി ആര് തോക്കും ആര് ജയിക്കും എന്ന് കാണാനായി

അങ്ങോട്ട് കണ്ണും നട്ട് നോക്കിനിന്നു. വേഗതയേറിയ ആ ഓട്ടത്തിനിടെ ഇരുവരും ശ്വാസത്തിനായി കിതക്കുന്നുണ്ടായിരുന്നു. അവസാനം ഓടിയോടി രണ്ടുപേരും തളർന്നു, മണ്ണിലേക്ക് ഒറ്റ വീഴ്ച..

കളിയുടെ അവസാനം ക്ഷീണിതരായതിനാൽ കുട്ടികൾ എല്ലാവരും പുളി മരത്തിൻറെ താഴെയിരുന്നു കൊണ്ട് ഓരോ കൊച്ചു വർത്തമാനങ്ങളും മറ്റും പങ്കുവച്ചുകൊണ്ട് അങ്ങനെ ഇരുന്നു.

റാണിയും രാഹുലും അവരുടെ നഗരത്തിലെ ജീവിതത്തിനെ കുറിച്ച് എല്ലാവരുടെയും അടുത്ത് പങ്കുവെച്ചു. അവിടുത്തെ പഠനരീതിയും ഫ്ലാറ്റിലെ താമസ രീതിയും മറ്റുകാര്യങ്ങളും ഒക്കെ പറഞ്ഞപ്പോൾ കൂട്ടുകാരെല്ലാവരും അമ്പരന്നുപോയി. എന്തൊരു വ്യത്യാസമാണ് നഗരത്തിലെയും ഗ്രാമത്തിലെയും ജീവിതം.

അതേപോലെതന്നെ നാട്ടിലെ കാര്യങ്ങളും മറ്റും കൂട്ടുകാരെല്ലാവരും റാണിയുടെയും രാഹുലിന്റെയും ഒപ്പം പങ്കുവെച്ചു. അത് കേൾക്കുമ്പോൾ റാണിക്കും രാഹുലിനും അത്ഭുതം തോന്നി .

കുറച്ചു സമയത്തിന് ശേഷം റാണിക്ക് ഒരു മടുപ്പ് പോലെ തോന്നി. അവൾ എല്ലാവരോടും പറഞ്ഞു "കുറച്ചുനേരം ഞാൻ ഇവിടെയൊക്കെ ഒന്ന് നടക്കുവാണട്ടോ..., നിങ്ങൾ കളി തുടർന്നൊ.."

എല്ലാവരും അതിനു സമ്മതിച്ചു.

അങ്ങനെ ഗ്രാമത്തിന്റെ സൗന്ദര്യം ആസ്വദിച്ച് റാണി പൈനാപ്പിൾ തോട്ടത്തിലെ ഓരോ മരങ്ങളുടെ ഇടയിലൂടെ നടക്കുകയായിരുന്നു. നടക്കുന്നത് ഒരു രസകരമായ കാര്യമാണ് എന്നാൽ മരങ്ങളുടെ ഇടയിലൂടെ നടക്കുക അതിലേറെ സന്തോഷകരമാണ്. നടക്കുന്നതിനിടെ അവൾ ആ വലിയ പുളിമരത്തിന്റെ അടുത്ത് ചെന്നു, മുകളിലേക്ക് നോക്കി, ഓരോ ചില്ലയിൽ നിന്നും കൂട്ടുകാരുടെ ഏവരുടെയും പ്രിയങ്കരനായ പുളി തൂങ്ങിക്കിടക്കുന്നത് അവൾ കണ്ടു. ഇതുവരെ രുചിച്ചു നോക്കാത്ത ആ വസ്തുവിന് വേണ്ടി കൊതിയൂറുന്ന റാണി അവളുടെ കൈ ഉയർത്തി, തൊട്ടടുത്ത കൊമ്പിൽ നിന്ന് അവൾ ഒരു ചെറിയ പുളി പറിച്ചെടുത്തു.

ഗ്രാമത്തിൽ നിന്ന് ഇടയ്ക്കിടെ മുത്തശ്ശി പുളി കൊടുത്തു വിടാറുണ്ട്. എന്നാലും ഇതുവരെ കഴിച്ചിട്ടില്ല. അമ്മയും അച്ഛനുമൊക്കെ മുത്തശ്ശി കൊടുത്തയച്ച പുളി കൊതിയോടെ കഴിക്കുന്നത് റാണി കണ്ടിട്ടുണ്ട്. മനസ്സിൽ ഏറെ പ്രതീക്ഷയോടെ അവൾ ആ ചെറിയ പുളി നാവിന്റെ തുമ്പത്തേക്ക് വെച്ചു. ആഹാ... എന്തൊരു പുളി..!!

മനസ്സിലെ പ്രതീക്ഷകൾ വിഫലമായില്ല. രുചി പുളിയാണെങ്കിൽ പോലും അതിനുമുണ്ട് ഒരു സ്വാദ്, വീണ്ടും വീണ്ടും കഴിക്കാൻ പ്രേരിപ്പിക്കുന്ന ഒരു സ്വാദ്.

അവൾ വീണ്ടും നടന്നു . നല്ല കാറ്റ് വീശുന്നുണ്ടായിരുന്നു. അവൾ ഒന്ന് താഴത്തേക്ക് നോക്കി. നിലത്ത് തൊട്ടാവാടികൾ മരങ്ങൾക്ക് അരികിൽ അവിടെയും ഇവിടെയും വിരിഞ്ഞു നിൽക്കുന്നുണ്ടായിരുന്നു. ഈ കാഴ്ചകൾ ഒക്കെ റാണിയെ ഗ്രാമത്തിനെ കുറിച്ചുള്ള   ചിന്തകളിലേക്ക് നയിക്കും.

റാണി ഇടയ്ക്കിടെ ആലോചിക്കാറുണ്ട് അവരുടെ വീട് ഗ്രാമത്തിൽ ആയിരുന്നെങ്കിൽ എന്ന്. എപ്പോഴും കൂട്ടുകാരുടെ ഒപ്പം കളിക്കാൻ പറ്റും , എന്നും മുത്തശ്ശനെയും മുത്തശ്ശിയെയും കാണാം കഴിയും. ഇങ്ങനെ പലതും ആലോചിച്ചു നടക്കുകയായിരുന്നു റാണി.

നടന്നു നടന്നു അവൾ പാടത്തിന്റെ അടുത്ത് ചെന്നു. പാടത്തിന്റെ അടുത്ത് കൂടി പല കുഞ്ഞ് കുഞ്ഞ് വരമ്പുകൾ പോകുന്നുണ്ടായിരുന്നു പിന്നെ പാടത്തെ വിരുന്നുകാരായ കൊക്കുകളും പതിവ് തെറ്റിക്കാതെ അവിടെയുണ്ടായിരുന്നു.

അങ്ങനെ അവൾ പാടത്തേക്ക് സൂക്ഷിച്ചു നോക്കി കൊണ്ടിരിക്കുന്ന സമയത്ത് അവൾ ഒരു വഴി കണ്ടു!! ഇതുവരെ അവൾ അങ്ങനെയൊരു വഴി കണ്ടിട്ടേയില്ല. അവളുടെ ശ്രദ്ധ അതിലേക്ക് തിരിഞ്ഞു.

കാര്യം അവൾ അവിടുത്തെ പാടവും മറ്റൊന്നും കണ്ടിട്ടില്ലെങ്കിലും, ഈയൊരു വഴിയെക്കുറിച്ച് ആരും ഇതുവരെ ഒന്നും പറയുന്നത് കേട്ടിട്ടേയില്ല. അത് മാത്രമല്ല അവർ എപ്പോഴും കളിക്കാൻ വരുന്ന സ്ഥലമാണത് , എങ്കിലും ഇങ്ങനെയൊരു സ്ഥലം അവളുടെ ശ്രദ്ധയിൽപ്പെട്ടിട്ടില്ല.

വഴി തുടങ്ങുന്ന ആ സ്ഥലത്ത് പൈനാപ്പിൾ തോട്ടത്തിലെക്കാൾ കൂടുതൽ തൊട്ടാവാടി പൂക്കൾ വിടർന്ന് നിൽക്കുന്നുണ്ടായിരുന്നു. ഇതെല്ലാം കണ്ടപ്പോൾ റാണിയുടെ മനസ്സിൽ ആ വഴിയെ കുറിച്ചുള്ള ചോദ്യങ്ങൾ വർദ്ധിച്ചു. കൂട്ടുകാരെല്ലാവരും കളിയിൽ മുഴുകിരിക്കുകയായിരുന്നു, അവരെ ബുദ്ധിമുട്ടിപ്പിക്കേണ്ട, എന്നാൽ ആ വഴിയെ കുറിച്ചുള്ള കൗതുകവും മായുന്നില്ല. അവസാനം അവൾ ആ പാത എങ്ങോട്ടാണ് പോകുന്നത് എന്നറിയാൻ വേണ്ടി അതിലൂടെ നടക്കാൻ തീരുമാനിച്ചു.

അവൾ ആ വഴിയിലൂടെ നടക്കാൻ തുടങ്ങി. ചുറ്റും നല്ല ഭംഗിയിൽ പലതരത്തിലുള്ള മരങ്ങൾ, അപ്പുറത്തും ഇപ്പുറത്തും ചെറിയ കൊമ്പുകൾ കൊണ്ടുണ്ടാക്കിയ വേലിയും കെട്ടിയിട്ടുണ്ടായിരുന്നു. അതിൻറെ അരികിൽ ചെറിയ ചെറിയ പുല്ലുകൾ നിൽക്കുന്നുണ്ടായിരുന്നു ചിലതിലൊക്കെ കുഞ്ഞുകുഞ്ഞു വെളുത്ത പൂക്കൾ വിടർന്നു നിൽക്കുന്നുണ്ടായിരുന്നു. ചുരുക്കത്തിൽ നല്ല രസമായിരുന്നു ആ പാത കാണാൻ.

അവൾ ഇതെല്ലാം ആസ്വദിച്ച് അങ്ങനെ പോവുകയായിരുന്നു. ഓരോ അടി വെക്കുംതോറും കാട്ടിലേക്ക് ആണോ പോകുന്നത് എന്ന ചിന്ത റാണിയുടെ മനസ്സിൽ ഉണ്ടായിരുന്നു. ഇതുവരെ കാണാത്ത ഒരു വഴിയിൽ കൂടി നടക്കുന്നത് തെറ്റാണെന്ന് അറിയാം എന്നാൽ ഒരു കൗതുകത്തിന്റെ പുറത്തുവന്നതാണ് അതിപ്പോൾ തെറ്റായിപ്പോയൊ ? എന്നാൽ അവളുടെ മനസ്സിലെ ഏതോ ഒരു കോണിൽ നിന്ന് ആരോ പറയുന്നുണ്ടായിരുന്നു ' തിരിച്ച് മടങ്ങരുത് നടന്നുകൊണ്ടിരിക്കു ' .

അവൾ ആ സ്വരത്തിൽ വിശ്വസിച്ചു. മുൻപിൽ എന്തുതന്നെ വന്നാലും അതിനെ തരണം ചെയ്യാം എന്ന ചിന്തയായി റാണിക്ക്.

കുറച്ചു ദൂരം നടന്നു എന്ന് റാണിയുടെ മനസ്സിൽ തോന്നി, എന്നാൽ അത് എത്രത്തോളം സത്യമാണെന്ന് അറിയില്ല, ആ വഴിയുടെ മനോഹാരിതയിൽ മുഴുകി അവൾ സമയവും ദൂരവും ഒക്കെ മറന്നു. പെട്ടെന്ന് മഴ പൊടിയാൻ തുടങ്ങി. ചാറ്റൽ മഴ നല്ല ശക്തമായ മഴയായി മാറി . മനസ്സിലെ ആ സ്വരത്തെ മറന്ന് അവൾ തിരിച്ചു പുറകിലേക്ക് മടങ്ങാൻ തീരുമാനിച്ചു. അപ്രത്യക്ഷമായി ഇങ്ങനെ ഒരു മഴ, അതും ഒരു തെളിഞ്ഞ ദിവസത്തിൽ എങ്ങനെ പെയ്യും എന്നതായിരുന്നു മുഖ്യ ചോദ്യം. എന്നാൽ റാണിയുടെ മനസ്സിൽ ഭയം ഉത്ഭവിച്ചു. ഇനി തിരികെ പോയേ മതിയാകൂ.

തിരിച്ചു പോകാൻ വേണ്ടി അവൾ തിരിഞ്ഞു, എന്നാൽ സ്തബ്ദമായി അവിടെ തന്നെ നിന്നു, കുറച്ചുനേരം കഴിഞ്ഞ് കണ്ണുകൾ ഒന്ന് തിരുമ്മി നോക്കി എന്നാൽ കണ്ട കാഴ്ച അത് തന്നെ, പുറകിലൊന്നും മഴ പെയ്യുന്നുണ്ടായിരുന്നില്ല.... അവൾ നിൽക്കുന്ന സ്ഥലത്ത് മാത്രമാണ് മഴ പെയ്യുന്നത്!! അവൾ ആ കാഴ്ച കണ്ട് ഭയന്നു നിൽക്കുകയായിരുന്നു.

അൻറെ കണ്ണുകളെ വിശ്വസിക്കാനാവാത്ത ആ അവസരത്തിൽ അവൾ കണ്ട ആ കാഴ്ച സത്യമാണോ എന്ന് അറിയാൻ വേണ്ടി അവൾ ഒന്നു മുകളിലേക്ക് നോക്കി.

അത്ഭുതം അവളുടെ കണ്ണുകളിൽ നിന്ന് മായുന്നില്ല കാരണം ഇതുവരെ ചാടിക്കൊണ്ടിരുന്നത് മഴത്തുള്ളികൾ ആയിരുന്നില്ല.... പകരം കണ്ണുനീരായിരുന്നു!! അതെ അവിടെനിന്ന ഓരോ മരത്തിന്റെയും കണ്ണുനീർ.

റാണി ആദ്യമായിട്ട് അവളുടെ കണ്ണുകളെ വിശ്വസിക്കണോ വേണ്ടയോ എന്ന് ചോദ്യത്തിൽ എത്തി. അസാധാരണമായ ആ കാഴ്ച സത്യം തന്നെയാണോ?

അവൾ ഒരു നിമിഷം രാഹുൽ കൂടെ ഉണ്ടായിരുന്നെങ്കിൽ എന്ന് ആലോചിച്ചു. അവളുടെ ഒപ്പം ഏത് പ്രതിസന്ധിയെയും നേരിടാൻ രാഹുൽ എപ്പോഴും തയ്യാറാണ്.

പതുക്കെ അവൾ തൻറെ ഭയത്തെ മാറ്റി നിർത്തി ധൈര്യത്തെ ചേർത്തു പിടിച്ചു ചോദിച്ചു'നിങ്ങൾ.... നിങ്ങൾ മരങ്ങൾ തന്നെയാണോ അതോ.....?.

പതിഞ്ഞ ഒരു ശബ്ദം കേട്ട് ഒരു മരം കരച്ചിൽ നിർത്തി, തൻറെ ഇലകൾ കൊണ്ട് കണ്ണുകൾ ഒപ്പിക്കൊണ്ട് താഴത്തേക്ക് നോക്കി. ഒരു മനുഷ്യനെ, അതും മുഖത്ത് ഭയത്തിന്റെ ലക്ഷണങ്ങൾ ഒന്നുമില്ലാതെ നിൽക്കുന്നത് കണ്ട ആ മരം അല്ലം ശങ്കയോടെ ചോദ്യത്തിന്റെ ഉത്തരം നൽകി"ഞങ്ങൾ മരങ്ങൾ തന്നെയാണ്"

തൻറെ ഭാവനയിൽ സംസാരിക്കുന്ന മരങ്ങളെയും ചെടികളെയും റാണി സൃഷ്ടിച്ചിട്ടുണ്ട്, ജീവിതത്തിലും ഇതൊക്കെ സംബവ്യമാണെന്ന് പറഞ്ഞ് രാഹുലുമായി ഒരുപാട് വാക്കു തർക്കങ്ങൾ നടത്താറുമുണ്ട്, എന്നാൽ ഇന്നിത് സത്യമാണോ എന്ന് അവൾക്കുപോലും വിശ്വസിക്കാനാവുന്നില്ല. അവൾ ഒരു താഴ്ന്ന സ്വരത്തിൽ വീണ്ടും മരങ്ങളോട് ചോദിച്ചു"നിങ്ങളെന്തിനാണ് കരയുന്നത്?"

ഇപ്പോൾ എല്ലാ മരങ്ങളുടെയും ശ്രദ്ധ റാണിയിൽ തന്നെയാണ്, അവർ കണ്ണുനീർ തുടച്ചിട്ട് പറഞ്ഞു"ഞങ്ങൾ മനുഷ്യർക്ക് വേണ്ടിയാണ് കരയുന്നത്. അവരുടെ വിധിയെ ഓർത്താണ് ഞങ്ങൾ കരഞ്ഞത്."

മനുഷ്യരുടെ വിധിയെ കുറിച്ചോർത്തോ?

ഇത്രയും നേരം കണ്ട അത്ഭുതങ്ങളെല്ലാം മാഞ്ഞ്, അവളുടെ മനസിൽ കൂടുതൽ സംശയങ്ങൾ ഉയർന്നു വരാൻ തുടങ്ങി. റാണി അവരോട് ചോദിച്ചു" നിങ്ങൾ എന്താണ് ഈ പറയുന്നത്? എനിക്ക് മനസ്സിലായില്ല."

മരങ്ങളുടെ കൂട്ടത്തിൽ നിന്ന് ഒരു തേക്ക് മരം പറഞ്ഞു"പറയാം....
എല്ലാം വിശദമായി പറയാം.....മാതാവ് പ്രകൃതി തൻ്റെ മൂന്ന്
മക്കൾക്കും സ്നേഹവും വാത്സല്യത്തോടൊപ്പം, അമ്മയോടൊപ്പം
കളിച്ചുവളരാനായി ഈ ഭൂമിയും നൽകി. ഒരേയൊരു ഭൂമിയും അതിൽ
ഏവർക്കും തുല്യപങ്കാളിത്തവും ആയിരുന്നു ഉണ്ടായിരുന്നത്.
വിശാലമായ ഭൂമിയുടെ മനോഹാരിതകളായ പുഴകളും, മലകളും,
കാടുകളും എല്ലാം അമ്മയാണ്. ഇവയെല്ലാം കൊണ്ട് ഞങ്ങൾ
സന്തുഷ്ടരുമായിരുന്നു.

മൂന്നുപേർക്കും ഒരേ ഒരു ഭൂമി മാത്രം നൽകിയത് ചിലപ്പോൾ
അമ്മയ്ക്ക് ഞങ്ങൾ അത് ഒരുമിച്ചെ പങ്കുവയ്ക്കും എന്നുള്ള
വിശ്വാസം ഉണ്ടായിരുന്നതുകൊണ്ടാവാം, എന്നാൽ ആ വിശ്വാസം
ഞങ്ങളുടെ സഹോദരങ്ങളായ മനുഷ്യർ തകർക്കാൻ തുടങ്ങി.
സ്വാർത്ഥത വർദ്ധിച്ച അവർ ഞങ്ങളെയും മൃഗങ്ങളെയും
ആക്രമിക്കാൻ തുടങ്ങി. മറ്റു മാർഗ്ഗങ്ങൾ ഇല്ലാതായപ്പോൾ ഞങ്ങൾ
അമ്മയെ കണ്ടു വിഷമം പറഞ്ഞു.

അമ്മ ശാന്തയാണ് അതിനാൽ തന്നെ ഞങ്ങളോട് പറഞ്ഞു
"ക്ഷമിക്കാം, ഒരു അവസരം കൂടി നൽകാം." ശാന്തതയുടെയും
സ്നേഹത്തിൻ്റെയും മൂല്യം മനസ്സിലാക്കാൻ ആവാതെ അവർ വീണ്ടും
ആക്രമിച്ചു. അമ്മയെ ആക്രമിച്ചിട്ടും അമ്മ ക്ഷമിച്ചു, എന്നാൽ
ഞങ്ങളുടെ വിഷമം അമ്മയ്ക്ക് കാണാൻ ആയില്ല. അതിനാൽ അമ്മ
തീരുമാനം സ്വീകരിച്ചിരിക്കുകയാണ്, ശിക്ഷകൾ നൽകാം. ശിക്ഷ
ലഭിച്ചിട്ടും മാറ്റമില്ലെങ്കിൽ മനുഷ്യരെ ഭൂമിയിൽ നിന്ന് ഒഴിവാക്കാം!!
അമ്മയുടെ ഈ തീരുമാനത്തിൽ ഞങ്ങൾ സന്തോഷിച്ചു, ശിക്ഷ
നൽകുന്നത് കൊണ്ടല്ല അതിൽ നിന്ന് പാഠം പഠിച്ച് നമ്മൾ ഏവരും
ഒരുമിക്കും എന്ന സന്തോഷത്തിലായിരുന്നു. എന്നാൽ പ്രകൃതിയുടെ
ശിക്ഷകളിൽ നിന്ന് പഠിക്കാതെ വീണ്ടും തെറ്റ് ചെയ്യുന്ന മനുഷ്യർക്ക്
അറിയില്ലല്ലോ ഇനി പ്രകൃതി നൽകാൻ പോകുന്ന ആ വലിയ ശിക്ഷ
എന്തെന്ന്... അതോർക്കുമ്പോൾ അങ്ങ് കരഞ്ഞു പോയി."

ആ കഥ കേട്ടശേഷം എന്തു പറയണമെന്ന് അറിയാതെ മൗനമായി
നിന്നു റാണി. മനുഷ്യജീവൻ അപകടം നേരിടാൻ പോവുകയാണ്.
താൻ ഉൾപ്പെടെയുള്ള മനുഷ്യരെല്ലാവരും ലോകത്തിൽ നിന്ന്
പോവുകയാണ് എന്ന് അർത്ഥം. അവൾക്ക് ഭയം തോന്നി എന്നാൽ
അതേ സമയം പ്രകൃതിക്ക് വേണ്ടി സങ്കടവും തോന്നി. അവൾക്ക് സ്വയം
സഹതാപവും തോന്നി, കുറച്ച് ആളുകൾ ചെയ്യുന്ന ദുഷ്കർമ്മങ്ങളുടെ
ഫലം തന്നെപ്പോലുള്ള പാവം മനുഷ്യർ അനുഭവിക്കണമല്ലോ.....
ഇനിയെന്തു ചെയ്യണം എന്ന് അറിയില്ലായിരുന്നു.

'എൻറെ ജീവിതത്തിൽ പരിഹാരം കാണാത്ത പ്രശ്നങ്ങളൊന്നും ഇതുവരെ ഉണ്ടായിട്ടില്ല, അതുകാരണം തന്നെ ഈ പ്രശ്നവും ഇനി എങ്ങനെ പരിഹരിക്കണമെന്ന് ആലോചിക്കണം.' റാണി സ്വയം ചിന്തിച്ചു.സമയം പാഴാക്കാതെ അവൾ അവരോട് ചോദിച്ചു"ഇത് തടയാൻ എന്തെങ്കിലും ഒരു പോംവഴി ഉണ്ടാവില്ലേ? കാരണം ചിലർ ചെയ്യുന്ന പാപകർമ്മങ്ങളുടെ ഫലം ബാക്കിയുള്ളവർ എന്തിനാണ് അനുഭവിക്കുന്നത്?"

മരങ്ങൾ വീണ്ടും കരയാൻ തുടങ്ങി. എന്നാൽ ഒരു വലിയ പ്ലാവ് പറഞ്ഞു"ഞങ്ങൾക്ക് ഇത്ര മാത്രമേ അറിയുകയൊള്ളൂ. മൃഗങ്ങളാണ് ഈ വിഷയം അമ്മയോട് പറഞ്ഞത്, അവർക്ക് ആയിരിക്കും ഈ വിഷയത്തിനെക്കുറിച്ച് വിശദമായി അറിയാൻ കഴിയുകയുള്ളൂ."

റാണി മറിച്ചൊന്നും ചിന്തിച്ചില്ല, അവൾ നടക്കാൻ തുടങ്ങി.

നടക്കുന്നതിനിടെയും മറ്റൊന്നും ചിന്തിക്കാൻ കഴിഞ്ഞില്ല, അവൾക്ക് ഒരേ ഒരു ചോദ്യം മാത്രമേ ഉണ്ടായിരുന്നുള്ളൂ,'ഇതിന് എന്താണ് ഇനി ഒരു പോംവഴി'

ഈ ചോദ്യം അവളുടെ മനസ്സിൽ ഇങ്ങനെ പറന്നു നടക്കുകയായിരുന്നു. എന്തായാലും അവൾക്ക് ചുറ്റും ഒരു കണ്ണുണ്ടായിരുന്നു കാരണം അവിടെയും ഇവിടെയും മൃഗങ്ങൾ ഉണ്ടായലോ.. അവൾ മുന്നോട്ടു നടക്കാൻ തുടങ്ങി.

ഇതുവരെ നടന്ന അത്ഭുതങ്ങൾ കാരണം റാണി ചുറ്റുപാടും നന്നായി നിരീക്ഷിച്ചാണ് നടന്നത്. ഫലഭൂഷ്ടമായ മരങ്ങളുടെ ഒരു മനോഹരമായ കാട്ടിലാണ് റാണി എത്തിയത്. അവിടുത്തെ മരങ്ങളെയൊക്കെയും റാണിയൊന്ന് സൂക്ഷിച്ചു നോക്കി, അവർ കരയുന്നുണ്ടോ? ഇല്ല...

പെട്ടെന്ന് അവളുടെ ശ്രദ്ധ മരങ്ങളിൽ നിന്ന് ചുറ്റിവരിഞ്ഞ ഓരോ ചില്ലയിൽ നിന്ന് താഴത്തേക്ക് തൂങ്ങി കിടക്കുന്ന നീണ്ട വള്ളിച്ചെടികളിലേക്ക് മാറി. തൂങ്ങി കിടക്കുന്ന വള്ളിച്ചെടികൾ ആ പാതയെ മറച്ചിരിക്കുകയായിരുന്നു.വള്ളിച്ചെടിയുടെ അരികെ കുറെ പൂമ്പാറ്റകൾ പാറിപ്പറന്നു നടക്കുന്നുണ്ടായിരുന്നു.

അവൾക്ക് സ്വയം തോന്നി ഇതൊരു സ്വപ്നമാണോ എന്ന്. സ്വപ്നമാണെങ്കിലും ജീവിതമാണെങ്കിലും ഈ പ്രശ്നത്തെ മറികടന്നിട്ടുതന്നെ കാര്യം.

അവൾ വള്ളിച്ചെടികൾ ഉയർത്തി പയ്യെ അപ്പുറത്തേക്ക് നോക്കി, പാത തുടരുന്നുണ്ട്... പക്ഷേ അപ്പോഴാണ് കുറേ പതിഞ്ഞ സ്വരങ്ങൾ കേൾക്കുന്നത് അവൾ ശ്രദ്ധിച്ചത്. സമയം പാഴാക്കാതെ അവൾ ശബ്ദം കേൾക്കുന്ന ഭാഗത്തേക്ക് ഓടിച്ചെന്നു.

അവളുടെ കാഴ്ചയ്ക്ക് തടസ്സമായി കുറേ ചെടികൾ അവിടെ നിൽക്കുന്നുണ്ടായിരുന്നു. ആ ചെടികളുടെ ഇടയിലൂടെ അവൾ അങ്ങോട്ട് നോക്കി. ഇതുവരെ നടന്നതൊക്കെ ഓർമ്മയിൽ ഉള്ളതിനാൽ അത്ഭുതങ്ങൾ പ്രതീക്ഷിച്ചു തന്നെയാണ് അവൾ നോക്കിയത്. കണ്ടതോ... ഒരു കൂട്ടം മൃഗങ്ങളുടെ ചർച്ചയായിരുന്നു.

മാനുകളും, പുലികളും, ഗജവീരന്മാരും, അവരുടെ തുമ്പിക്കൈയിൽ സിംഹാസനത്തിൽ എന്നതുപോലെ ഇരിക്കുന്ന അണ്ണാറക്കണ്ണൻമാരും, തൻറെ വാല് മരത്തിൽ കെട്ടി തലകീഴായി കിടക്കുന്ന കുരങ്ങന്മാരും, മരച്ചില്ലകളിലെ പഴങ്ങൾ കഴിക്കുന്നത് നിറുത്തി ശ്രദ്ധാലുക്കളായി ഇരിക്കുന്ന പക്ഷികളും, തൊട്ടുത്തു കൂടി ഒഴുകുന്ന പുഴയിൽ നിന്ന് തല ഉയർത്തി നോക്കുന്ന മീനുകളും, മുതലകളും, തൊട്ടുത്തിരിക്കുന്ന ആമയും ഒക്കെ ആ ചർച്ചയിൽ സന്നിദ്ധരായിരുന്നു.

ചുരുക്കത്തിൽ ഒരു കാട്ടിൽ ഉണ്ടാവാൻ സാധ്യതയുള്ള എല്ലാ മൃഗങ്ങളും അവിടെ ഉണ്ടായിരുന്നു. ഇവ എല്ലാത്തിന്റെയും നടുക്ക് ഒരു വലിയ പാറ കല്ല് ഉണ്ടായിരുന്നു. റാണിയുടെ ശ്രദ്ധ ആ പാറക്കല്ലിലേക്ക് തിരിഞ്ഞു, ഇത്രയും വലിയ ഒരു പാറക്കലിൽ ഇരിക്കാൻ അർഹൻ ഒരൊറ്റ ആൾ മാത്രമേയുള്ളൂ, അതെ മൃഗരാജൻ സിംഹം.

എന്നാൽ അവൾ കണ്ടത് ആ വലിയ പാറക്കല്ലിന്റെ മുകളിലിരുന്നത് മൃഗരാജൻ സിംഹം അല്ലായിരുന്നു, മന്ത്രി ആവേണ്ട കുറുക്കനാണ് !!

അവൾ സ്വയം മനസ്സിൽ വിചാരിച്ചു 'കുറുക്കൻ എന്താണാവോ ഈ കല്ലിൻറെ മുകളിൽ നിൽക്കുന്നത്, സിംഹരാജാവ് അല്ലേ നിൽക്കേണ്ടത്?'

എന്തായാലും പാറക്കല്ലിന്റെ മുകളിൽ നിന്ന് കുറുക്കൻ എന്തോ കാര്യം ഗൗരവത്തോടെ പറയുന്നുണ്ട്. മൃഗങ്ങളെ കണ്ടുമുട്ടിയതിലുള്ള സന്തോഷവും, അവിടെ എന്താ നടക്കുന്നത് എന്നറിയാനുള്ള ആകാംക്ഷയുമാണ് റാണിക്ക്.

മരങ്ങളുടെയും, ചില ചെടികളുടെയും ഇടയിലൂടെ റാണി അവിടേയ്ക്ക് പോയി. നിശബ്ദമായിയാണ് താൻ പോകുന്നതെന്ന് റാണി വിശ്വസിച്ചു,

എന്നാലും മൃഗങ്ങളെ ആർക്കും അങ്ങനെ കബളിപ്പിക്കാൻ സാധിക്കില്ല, പിറകിൽ നിന്ന് ആരോ വരുന്ന ശബ്ദം അവരെല്ലാവരും ശ്രദ്ധിച്ചു....

ശബ്ദ മടുത്തുതുടങ്ങിയതോടുകൂടി ഏവരും തിരിഞ്ഞുനോക്കി. "ഒരു മനുഷ്യനോ?!!" ഭയവും, ദേഷ്യവും, അത്ഭുതവും, ഈ വാക്കുകളിൽ വ്യക്തമായിരുന്നു.

 മനോഹരമായ അവരുടെ കാട്ടിൽ ഒരു മനുഷ്യനെ അവർ ഒരിക്കലും പ്രതീക്ഷിച്ചിരുന്നില്ല... അവരുടെ കൂട്ടത്തിലെ ഒരു മൃഗത്തിന്റെ പകരം തന്നെ കണ്ടതിലുള്ള ഭയമാണ് അവർക്കെന്ന് റാണി വിചാരിച്ചു. അപ്പുറത്തും ഇപ്പുറത്തും നിൽക്കുന്ന മൃഗങ്ങൾ എന്തൊക്കെയോ പിറുപിറുക്കാൻ തുടങ്ങി"ഇതെന്താ ഒരു മനുഷ്യനോ?"

" ഇവൾ എങ്ങനെ ഇവിടെ എത്തി?"

കുറേ ചോദ്യങ്ങൾ ഉയർന്നു. കുറുക്കന്റെ "ശാന്തരാവൂ..." എന്ന ആജ്ഞ ചോദ്യങ്ങൾക്കിടെ ആരും ശ്രദ്ധിച്ചില്ല. അവസാനം ക്ഷമ നഷ്ടപ്പെട്ട കുറുക്കൻ ഉച്ചയിൽ അലറി "എല്ലാവരും നിർത്തൂ...."

ഇത് കേട്ടപ്പോൾ എല്ലാ മൃഗങ്ങളും നിശബ്ദത പാലിച്ചു. വീണ്ടും ശാന്തനായ കുറുക്കൻ റാണിയോട് ചോദിച്ചു"ആരാണ്.. എങ്ങനെ ഈ വഴി കണ്ടുപിടിച്ചു?"

റാണി ചുറ്റും ഒന്നു നോക്കി, എല്ലാ കണ്ണുകളും അവളിൽ തന്നെ ഉറച്ചിരിക്കുകയായിരുന്നു.അവൾ ഒരു നീണ്ട ശ്വാസം എടുത്തതിനുശേഷം കാര്യങ്ങൾ പറഞ്ഞു"കളിച്ചുകൊണ്ടിരിക്കുന്നതിനിടെയാണ് ഈ പാത എന്റെ ശ്രദ്ധയിൽ പെട്ടത്. എന്റെ കൗതുകത്താൽ ഇതുവരെ കാണാത്ത ഈ വഴിയിലൂടെ ഞാൻ സഞ്ചാരം ആരംഭിച്ചു, ശേഷം ഞാൻ കരയുന്ന മരങ്ങളെ കണ്ടുമുട്ടി. അവരോട് വിശദമായി കാര്യങ്ങൾ അന്വേഷിച്ചപ്പോളാണ് ഞാൻ മനുഷ്യരെ പ്രകൃതി ശിക്ഷിക്കാൻ പോകുന്നതിനെക്കുറിച്ച് അറിഞ്ഞത്. പോംവഴി അറിയാൻ നിങ്ങളുടെ പക്കൽ ചെന്നാൽ മതി എന്നാണ് മരങ്ങൾ എന്നോട് പറഞ്ഞത്. അപ്പോൾ തുടങ്ങി നിങ്ങളെ തിരഞ്ഞിറങ്ങിയതാണ്...."

കാര്യങ്ങൾ ഒന്നും വിട്ടുപോകാതെയാണ് റാണി പറഞ്ഞത്, എന്നാൽ തന്റെ ആ സമയത്തെ ഭയവും മറ്റുഭാവങ്ങളും വിശദമായി പറയണമെന്ന് ആഗ്രഹമുണ്ടായിരുന്നു, എന്നാൽ സമയം പാഴാക്കാൻ ഇല്ല...

മൃഗങ്ങൾ തമ്മിൽ തമ്മിൽ നോക്കി എന്നിട്ട് ഏതാണ്ട് നല്ല പ്രായമായ ഒരു സിംഹം പറഞ്ഞു"ഈ വിഷയത്തെക്കുറിച്ച് മൃഗരാജൻ കുറുക്കൻ തന്നെ സംസാരിക്കട്ടെ."

ഇത് കേട്ടപ്പോൾ റാണി ഞെട്ടി, മൃഗരാജൻ സിംഹം എന്ന് കേട്ടിട്ടുണ്ട് ആദ്യമായിട്ടാണ് മൃഗരാജൻ കുറുക്കൻ എന്ന് കേൾക്കുന്നത് .

മൃഗരാജൻ ഗൗരവത്തോടെ പറഞ്ഞു"ശരിയാണ്...... രണ്ടുമൂന്നു ദിവസം മുമ്പ് ഞങ്ങൾ അമ്മയെ സമീപിച്ചിരുന്നു . ഞങ്ങളുടെ പരാതികൾ വീണ്ടും പറഞ്ഞു, അമ്മ തക്കതായ ശിക്ഷ മനുഷ്യർക്ക് നൽകാൻ പോവുകയാണ്."

ഇത് കേട്ട റാണി കുറച്ചു നേരത്തേക്ക് ശിക്ഷയെക്കുറിച്ച് മറന്നു പകരം മറ്റൊരു ചോദ്യമാണ് അവൾ ചോദിച്ചത്"മൃഗരാജൻ, എങ്ങനെയാണ് ചെടികൾക്കും മൃഗങ്ങൾക്കും മറ്റു ജീവജലങ്ങൾക്കും ഒക്കെ അമ്മയെ സമീപിക്കാനും സംസാരിക്കാനും കഴിയുന്നത്? മനുഷ്യർ പ്രകൃതിയുണ്ടെന്ന് തന്നെ വിശ്വസിക്കുന്നില്ല.."

മൃഗരാജൻ കുറുക്കൻ ഒന്ന് പൊട്ടിച്ചിരിച്ചു. അവിടെ നിൽക്കുന്ന സകല മൃഗങ്ങളും ചിരിച്ചു. എങ്ങനെയോ ചിരിയടക്കി മൃഗരാജൻ പറഞ്ഞു"നമ്മുടെ വീട്, കുടുംബാംഗങ്ങൾ, ഇവരെ സ്നേഹിക്കാനായി പഠിപ്പിക്കുന്നത് എങ്ങനെയാണ്. അമ്മ കാരണമല്ലേ നമ്മൾ ഈ ഭൂമിയിൽ കഴിയുന്നത്..... അതിനാൽ ഞങ്ങൾ അമ്മയെ ബഹുമാനിക്കുന്നു, പ്രാർത്ഥിക്കുന്നു, പിന്നെ സ്നേഹിക്കുന്നു. അമ്മയോട് സംസാരിക്കുന്നതിൽ എന്താണ് അസാധാരണമായിട്ടുള്ളത്..? തലമുറകൾ കൂടി വരുമ്പോൾ ഏവരും പ്രകൃതിയെ മറക്കുന്നു, ഇവയെല്ലാം കഥകളാണെന്ന് വിശ്വസിക്കുന്നു പ്രകൃതിയോട് സംസാരിക്കാനാവുക മായാജാലമായി. ഈ മായാജാലത്തിനു വേണ്ടി അല്പം വിശ്വാസവും സ്നേഹവും മാത്രം മതി."

റാണി എപ്പോഴും ഈ കാര്യങ്ങളൊക്കെ രാഹുലിനോട് പറയാറുണ്ട്, അവൾക്ക് സ്വയം തോന്നി അവളുടെ സംശയങ്ങളൊന്നും പാഴ് ചോദ്യങ്ങളല്ല അതിൽ എന്തൊക്കെയോ അർത്ഥങ്ങൾ ഉണ്ടെന്ന്.

റാണിയുടെ അടുത്ത ചോദ്യം പുറപ്പെട്ടു"അപ്പോൾ ഈ വഴിയോ? ആരാണിത് നിർമ്മിച്ചത്, പിന്നെ ഈ പ്രശ്നത്തിന്റെ പരിഹാരം എന്താണ്?"

"കുറച്ചുനാൾ കഴിഞ്ഞപ്പോൾ ഞങ്ങൾക്ക് തോന്നി കുറച്ചാളുകളുടെ തെറ്റു കാരണം എന്തിന് ബാക്കിയുള്ളവർ ശിക്ഷയനുഭവിക്കണം? അതിനാൽ അവരെ സഹായിക്കാനായി ഞങ്ങൾ പ്രകൃതിയെ മനസ്സിലാക്കുന്ന ചിലർക്ക് മാത്രം കാണാൻ കഴിയുന്ന ഈ വഴി നിർമ്മിച്ചു.... അവർക്കുമാത്രം സഞ്ചരിക്കാൻ ആവുന്ന ഒരു വഴി. ഇക്കാര്യം അമ്മയ്ക്ക് അറിയില്ല, മനുഷ്യരുടെ നിലനിൽപ്പിന് ഇതേ ഇനി മാർഗം. കുറച്ചു കൂടി നടക്കു പ്രകൃതിയുണ്ടെന്ന് തോന്നുന്നത് എവിടെയാണ്, അവിടെ നിന്ന് പ്രകൃതിയോട് കാര്യങ്ങൾ ചോദിക്കു.... ഒരവസരം കൂടി അമ്മ തരാതിരിക്കില്ല."മൃഗരാജൻ ഒന്ന് റാണിയെ നോക്കി "നിനക്ക് അത് സാധിക്കും.."

തൻറെ വാക്കുകൾ അവസാനിപ്പിച്ച് മൃഗരാജൻ കല്ലിൽ നിന്ന് താഴത്തേക്കിറങ്ങി കാട്ടിലേക്ക് നടക്കാൻ തുടങ്ങി, മറ്റു മൃഗങ്ങളും കാട്ടിലേക്ക് നടന്നു.

"ഞാൻ പ്രകൃതിയെ എവിടെകാണും...? എന്തു ചോദിക്കണം...? കാര്യങ്ങളൊക്കെ ഒന്നുകൂടി വിശദമാക്കു."പരിഭ്രമിച്ച് റാണി പുറകിൽ നിന്ന് ഉച്ചത്തിൽ ചോദിച്ചു.

എന്നാൽ മൃഗരാജൻ തിരിഞ്ഞുനോക്കാതെ നടന്നുകൊണ്ട് പറഞ്ഞു "നിനക്കെ ഇത് ചെയ്യാൻ സാധിക്കുകയയുള്ളൂ."

റാണി ആ വഴിയിലേക്ക് നോക്കി, അത് അവസാനിച്ചിട്ടില്ല, അവൾക്ക് ആ വഴി കാണാൻ സാധിക്കുന്നുണ്ട് അതിനർത്ഥം അവൾക്കെ അത് സാധിക്കുകയയുള്ളൂ..അവൾ നടന്നു.

 നടക്കുന്നതിനിടെ അവൾ മൃഗങ്ങളുടെ സ്നേഹത്തിനെ കുറിച്ച് ആലോചിക്കുകയായിരുന്നു, മനുഷ്യർ നൽകുന്ന കഷ്ടപ്പാടിനു പകരമായി അവർ മനുഷ്യർക്ക് സഹായമാണ് തിരികെ നൽകിയത്. പ്രകൃതി ഒരവസരം കൂടി നൽകുകയാണെങ്കിൽ മറ്റു ജീവജാലങ്ങളുമായി സൗഹൃദം ഉണ്ടാവണം. മാത്രമല്ല അവരുടെ മഹത്യം ഓർമ്മിക്കുകയും വേണം. പ്രവർത്തികളിലൂടെ നല്ല കാര്യങ്ങൾ ചെയ്യണം.പെട്ടെന്ന് അവൾ ചിന്തിച്ചു "ഞാൻ ഒരാൾ മാത്രം ശ്രമിച്ചാൽ നടക്കുമോ?" അപ്പോൾ അവളുടെ മനസ്സിലേക്ക് രാഹുലിൻറെയും, കൂട്ടുകാരുടെയും, മുത്തശ്ശൻറെയും, മുത്തശ്ശിയുടെ, അമ്മയുടെയും, അച്ഛനെയും മുഖങ്ങൾ തെളിഞ്ഞു വന്നു.." അവരും എൻറെ ഒപ്പമില്ലെ, എന്നാൽ ശ്രമിച്ചേക്കാം.."

ആ സന്തോഷത്തിൽ അവൾ പ്രകൃതിയെ കുറിച്ച് ചിന്തിച്ചു. എപ്പോഴും മനസ്സിൽ വിചാരിക്കാറുള്ള കാര്യങ്ങൾ തന്നെയാണ് ഇതെല്ലാം എന്നാൽ അവ സത്യമാകുമെന്ന് അവൾ ഒരിക്കലും പ്രതീക്ഷിച്ചിരുന്നില്ല. പ്രകൃതി എന്ന അമ്മ മറ്റെങ്ങും അല്ല നമ്മുടെ ഈ ചുറ്റും തന്നെയാണുള്ളത്. അവൾ കണ്ണടച്ചു, ഈ ചിന്ത അവളുടെ മനസ്സിൽ പ്രത്യക്ഷമായതും അതൊരു നീല നിറമുള്ള പൂവായി വിടർന്നു. അവൾ കണ്ണുകൾ തുറന്നു. നോക്കുമ്പോൾ പാത അവസാനിച്ചിരിക്കുന്നു... എന്നാൽ അവിടെ അവളുടെ മനസ്സിൽ കണ്ട അതേ നീല പൂവ് വിടർന്നു നിൽക്കുന്നു!!

പ്രകൃതി അവളുടെ അടുത്തുതന്നെയുണ്ട്. സ്നേഹം അവൾക്കെപ്പോഴുമുണ്ട് എന്നാൽ ഇപ്പോൾ വിശ്വസിക്കുന്നു..

അവൾ ഒന്ന് പുഞ്ചിരിച്ചു അതിൽ സ്നേഹവും വിശ്വാസവും സന്തോഷവും ഒക്കെ നിറഞ്ഞു. അവൾ ആ മധുരമൂറുന്ന സ്വരം കേൾക്കാൻ കാതോർത്തുനിന്നു. ആവേശം നിറഞ്ഞൊഴുകുന്ന മനസ്സിനെ നിയന്ത്രിച്ച് അവൾ ആ പൂവിനെ തൊട്ടു..."അമ്മെ!"

കാറ്റ് ആഞ്ഞു വീശാൻ തുടങ്ങി. അന്തരീക്ഷം ആകെ ഒന്നു മാറി.

 എവിടെനിന്നോ ഒരു സ്വരം, കാറ്റിലൂടെ ഒഴുകി അവളുടെ കാതിലേക്ക് നീങ്ങി. ആസ്വരം പതിയെ അവളുടെ ചെവിയിൽ പറഞ്ഞു"വഴി നിന്നെ എന്നിലേക്ക് നയിച്ചു അല്ലേ? മനുഷ്യരിൽ ഇപ്പോഴും സ്നേഹമുണ്ടെന്ന് നീ തെളിയിച്ചിരിക്കുന്നു. ഞാൻ ഒരു അവസരം കൂടി നൽകാം. എന്നോടൊപ്പമുള്ള നിൻറെ സംഭാഷണങ്ങളെല്ലാം ഞാൻ കേൾക്കാറുണ്ട്.. നീ ശ്രമിക്കു ഈ അവസരം ഉപയോഗിക്കു."

ഇങ്ങനെ പറഞ്ഞ് ആസ്വരം അതിൻറെ ഉദ്ഭവ സ്ഥാനത്തേക്ക് തിരികെപോയി. റാണിക്ക് എന്തെന്നില്ലാത്ത സന്തോഷമുണ്ടെങ്കിലും തൻറെ ഉത്തരവാദിത്യം ശരിക്കും ചെയ്യണമെന്ന് മനസ്സിൽ അവൾക്കൊരു ധാരണയുണ്ടായിരുന്നു.അവൾ ഇങ്ങനെ ആലോചിച്ചു കൊണ്ടിരുന്നപ്പോഴാണ് ആരോ വിളിക്കുന്ന ശബ്ദം കേട്ടത്"റാണി... ഒന്ന് എഴുന്നേൽക്കു കുട്ടി കളിക്കാൻ പോകണ്ടേ? അല്ലെങ്കിൽ ഇന്നത്തെ കുരങ്ങൻ ആകേണ്ടി വരും"

അവൾ ഞെട്ടി എഴുന്നേറ്റു. നോക്കുമ്പോൾ തന്റെ മുന്നിൽ രാഹുൽ.

അവൾ ഒരു അത്ഭുതം നിറഞ്ഞ സ്വരത്തിൽ പറഞ്ഞു"യാഥാർത്ഥ്യം കാണിച്ചുതന്ന സ്വപ്നമായിരുന്നു അത്....."

7. റാണിയുടെ സ്വപ്നങ്ങൾ

"നീ ശ്രമിക്കു, ഈ അവസരം ഉപയോഗിക്കു..." ഈ വാക്കുകൾ മനസ്സിലേക്ക് എങ്ങനെയോ കയറി വരുന്നു, കരയുന്ന മരങ്ങൾ, മൃഗങ്ങൾ, ആ നീല പൂവ് ഇവയെല്ലാം പിന്നാലെ വന്നു. സ്വപ്നത്തിനെ കുറിച്ച് തന്നെയാണ് റാണിയുടെ ചിന്ത.

മുറ്റത്തിരിക്കുന്ന റാണിയുടെ അടുത്തേക്ക് രാഹുൽ നടന്നുവന്നു. അവനും ആ സ്വപ്നത്തിന്റെ കഥ കേട്ടിരുന്നു.. അവന് തോന്നിയത് നടക്കാൻ പോകുന്ന ഒരു വലിയ യാഥാർത്ഥ്യത്തിന്റെ സൂചനയായിരുന്നു ആ സ്വപ്നം എന്നാണ്. താടിക്ക് കയ്യും കൊടുത്ത്, മുറ്റത്തേക്ക് നോക്കി ഇരിക്കുന്ന റാണിയെ കണ്ടപ്പോൾ അവൻ ചോദിച്ചു "സ്വപ്നത്തിനെ കുറിച്ചാണോ ചിന്തിക്കുന്നത് റാണി..?"

 റാണി തലയാട്ടിക്കൊണ്ട് പറഞ്ഞു "അതെ ആ സ്വപ്നത്തിനെ കുറിച്ച് തന്നെയാണ് ഞാൻ ആലോചിക്കുന്നത്... സ്വപ്നത്തിന്റെ അവസാനം പ്രകൃതി എന്നോട് പറഞ്ഞത് ഈ അവസരം ഞാൻ ഉപയോഗിക്കണം എന്നാണ്, പക്ഷേ എന്ത് ചെയ്യണമെന്ന് എനിക്കറിയില്ല."

"അപ്പോൾ നീ ആ സ്വപ്നം യാഥാർത്ഥ്യമാണെന്നാണോ പറയുന്നത്?" രാഹുൽ ചോദിച്ചു

"അതെ..." റാണി ഒരു നിമിഷം ആലോചിച്ചു എന്നിട്ട് തുടർന്നു "എന്നാൽ സ്വപ്നം ആണെങ്കിൽ തന്നെ നമ്മൾ ചെയ്യേണ്ട കാര്യങ്ങൾ തന്നെയല്ലേ അത് കാണിച്ചു തന്നത്. അതുകൊണ്ട് എനിക്ക് എന്തെങ്കിലും ചെയ്യണമെന്നുണ്ട്.. എന്നാൽ എന്ത്..?"

രാഹുലിനും തോന്നി ആ കണ്ടത് സ്വപ്നമാണെങ്കിലും, റാണിക്ക് കിട്ടിയ ആ ഉത്തരവാദിത്വം പൂർത്തീകരിക്കണം. ലോകത്തിനെ ഈ കാര്യം അറിയിക്കണം.

ഇങ്ങനെയുള്ള സമസ്യകൾ വരുമ്പോൾ കാണേണ്ട വ്യക്തികൾ ആരാണെന്നും, പോകേണ്ട സ്ഥലം ഏതാണെന്നും അവർക്ക് വ്യക്തമായി അറിയാമായിരുന്നു. പിന്നെ കാര്യങ്ങളെല്ലാം വേഗമായിരുന്നു, മുത്തശ്ശിയോട് യാത്ര പറഞ്ഞ് അവർ ഓട്ടം തുടങ്ങി, മറ്റെങ്ങോട്ടുമല്ല കളിയുടെ മൈതാനത്തേക്ക്.

മൈതാനത്ത് എത്തിയതും കൂട്ടുകാരെ പോലും ശ്രദ്ധിക്കാതെ,
ഇത്രനേരം ഓടിയതിന്റെ കിതപ്പും മറന്ന് റാണി പിന്നെയും ഓടി .
പൈനാപ്പിൾ തോട്ടത്തിൽ ഇപ്പോഴും ആ വഴി ഉണ്ടാകുമോ..? അവിടെ
എത്തിയതും അവൾ സൂക്ഷിച്ചു നോക്കി, എന്നാൽ ആ വഴി അവിടെ
ഉണ്ടായിരുന്നില്ല. നിരാശയോടെ കൂട്ടുകാരുടെ അടുത്തേക്ക് മടങ്ങി
പോകാൻ തയ്യാറായതും അവളുടെ ശ്രദ്ധ അവിടെയുണ്ടായിരുന്ന ഒരു
പൂവിലേക്ക് തിരിഞ്ഞു, എന്നാൽ അത് ഒരു സാധാരണ പൂവല്ലായിരുന്നു,
നീലാകാശത്തിന്റെ നിറം പകർന്നു കിട്ടിയത് പോലത്തെ സ്വപ്നത്തിലെ
ആ പൂവായിരുന്നു!! സന്തോഷം സഹിക്കവയ്യാതെ റാണി കൂട്ടുകാരുടെ
അടുത്തേക്കു ഓടി.

"സ്വപ്നത്തിലെ ആ പൂവ് ഞാൻ കണ്ടു!" റാണി അവരുടെ
അടുത്തെത്തിയതും ഉറക്കെ വിളിച്ചു പറയാൻ തുടങ്ങി. ഓടിക്കിതച്ചു
വന്ന റാണി നിലത്തേക്ക് ഒറ്റ ഇരുപ്പ്.

" ആ പൂവ് നീ എവിടെയാണ് കണ്ടത്?" മിന്നു ചോദിച്ചു. രാഹുൽ
റാണിയുടെ സ്വപ്നത്തിന്റെ കഥ കൂട്ടുകാരുടെയെടുത്ത് നേരത്തെ
പങ്കുവെച്ചിട്ടുണ്ടായിരുന്നു. ഏറെ ക്ഷീണിച്ച റാണിക്ക്
സംസാരിക്കാനായില്ല, അവൾ ആ സ്ഥലം ചൂണ്ടിക്കാണിച്ചു,
കൂട്ടുകാരും രാഹുലും അങ്ങോട്ടേക്ക് നടന്നു.

അതിസുന്ദരമായ ആ പൂവ് കണ്ടു അത്ഭുതപ്പെട്ട് തിരികെ നടന്നുവരുന്ന
കൂട്ടുകാർ റാണിയുടെ അടുത്തിരുന്നു.

"എനിക്ക് തോന്നുന്നത് റാണി ഈ പ്രശ്നത്തിന് പരിഹാരം
കണ്ടുപിടിക്കണം എന്നതിൻറെ ഒരു സൂചനയായിരിക്കും ഈ പൂവ്
എന്നാണ്." ചന്തു അവൻറെ മനസ്സിലെ ആശയം പറഞ്ഞു.

"ശരിയാണ്, ഇത് യാഥാർത്ഥ്യമാണെന്ന് നമ്മളെ ബോധ്യപ്പെടുത്താൻ
ആവാം" അപ്പുവും പറഞ്ഞു.

എന്നാൽ ഈ ചർച്ചകൾ എല്ലാം നടക്കുമ്പോഴും റാണിക്ക് ഒരേ ഒരു
സംശയം മാത്രമേ ഉണ്ടായിരുന്നുള്ളൂ. എന്നാൽ ആ സംശയത്തിന്റെ
ഉത്തരം ലഭിക്കുന്നില്ല. അവൾ അവരോട് ചോദിച്ചു "എന്നാൽ ഞാൻ
എന്ത് ചെയ്യണം?"

ഏവരും അവളെ തന്നെ നോക്കി, പിന്നെ ചോദ്യത്തിന് ഉത്തരം
കിട്ടാനായി ചിന്തകളിലേക്ക് കിടന്നു. പെട്ടെന്ന് ചിന്നുവിന്റെ മുഖം
തെളിഞ്ഞു "നമുക്ക് പണ്ട് ചെയ്തത് പോലെ ഗ്രാമത്തിലെ

എല്ലാവരെയും ഈ വിഷയത്തിനെ കുറിച്ച്
ബോധവൽക്കരിച്ചാലോ....?"

" അതു കൊള്ളാം"

 "ശരിയാണ്"

"ഈ നടക്കുന്നതിനെക്കുറിച്ച് ഒക്കെ ഒരു നോവൽ എഴുതണം"
രാഹുൽ തമാശ രൂപത്തിൽ പറഞ്ഞു. എന്നാൽ അവൻ ഒന്നുകൂടി
ചിന്തിച്ചു, "കൊള്ളാം." അവൻ ഉറക്കെ പറഞ്ഞു കുട്ടികൾ അവനെ
തന്നെ നോക്കി. അവനു മറ്റൊരു മാർഗം ലഭിച്ചിട്ടുണ്ടെന്ന് അവർക്കു
മനസ്സിലായി, ഏവരും അത് കേൾക്കാനായി ഉത്സാഹിച്ചിരുന്നു.

 "ചിന്നു പറഞ്ഞതിനോടൊപ്പം തന്നെ നമുക്ക് റാണിയുടെ സ്വപ്നങ്ങളെ
കുറിച്ച് ഒരു നോവൽ എഴുതിയാലോ..?"

"നോവലോ?"

"അതെ നോവൽ, നോവലിലൂടെ ഈ സ്വപ്നങ്ങൾ എല്ലാം വിശദമായി
പറയാനും, പിന്നെ അതിൻറെ അർത്ഥങ്ങൾ പങ്കുവെയ്ക്കാനും
കഴിയും. കുറെ ആളുകളിലേക്ക് ഈ സന്ദേശം എത്തുമായിരിക്കും.."
രാഹുൽ ഉത്സാഹത്തോടെ പറഞ്ഞു.

"എന്നാൽ ഈ നോവൽ ഒക്കെ ആരെങ്കിലും വായിക്കുമോ?"

"അതറിയില്ല, എന്നാൽ റാണിയുടെ സ്വപ്നങ്ങൾ ഒക്കെ കേട്ടിരിക്കാൻ
നല്ല രസമാണ്. നമ്മൾ പ്രകൃതി പറഞ്ഞതുപോലെ നമ്മുടെ കർത്തവ്യം
ചെയ്താൽ മാത്രം മതി. ഫലം എന്താണെന്ന് കണ്ടറിയാം.." രാഹുൽ
ഏവർക്കും പ്രചോദനം നൽകിക്കൊണ്ട് കാര്യങ്ങൾ വിശദമാക്കി.

"എന്നാൽ നമുക്ക് ഒരു നോവൽ ആക്കാൻ തക്ക സ്വപ്നങ്ങളൊക്കെ
ഉണ്ടോ, ചുരുങ്ങിയതും കുറച്ചൊക്കെ വേണ്ടേ..?" ആശങ്കയോടെ മിന്നു
ചോദിച്ചു.

"എൻറെ മിന്നു, നമ്മുടെ റാണി കാണുന്ന സ്വപ്നങ്ങളുടെയും, വീട്ടിൽ
പറയുന്ന കള്ള കഥകളുടെയും എണ്ണം കണ്ടുപിടിക്കാൻ കഴിയില്ല..."
എല്ലാവരും റാണിയെ നോക്കി പൊട്ടിച്ചിരിച്ചു, റാണിയും
സന്തോഷത്തിൽ അവരുടെ ഒപ്പം ചിരിച്ചു. പക്ഷേ ഉള്ളിൽ എവിടെയോ
ഒരു സംശയം, തനിക്ക് എഴുതാൻ കഴിയുമോ. ആ സംശയം

കൂട്ടുകാരോട് തന്നെ ചോദിക്കണം "എനിക്ക് എഴുതാൻ ആകുമോ,
അതിനുള്ള കഴിവുണ്ടോ.."

"അതൊക്കെയുണ്ട്.." കൂട്ടുകാർ അവൾക്ക് പ്രചോദനം നൽകി.

അവൾ കാണുന്ന സ്വപ്നങ്ങൾക്ക് ഓരോ അർത്ഥങ്ങൾ ഉണ്ടെന്ന്
റാണിക്ക് തന്നെ തോന്നാറുണ്ട്, അതുകൊണ്ടു ആ
സ്വപ്നങ്ങളെക്കുറിച്ച് എഴുതാറുമുണ്ട്. അവൾക്ക് ഇഷ്ടമുള്ള
കാര്യമാണത്. കുറച്ചു വാക്കുകൾ ഒരുമിച്ച് ചേരുമ്പോൾ തൻറെ
ആശയങ്ങളൊക്കെ പ്രകടിപ്പിക്കാൻ ആവുന്നത് അത്ഭുതകരമായ ഒരു
മായാജാലം ആണെന്നാണ് റാണിയുടെ അഭിപ്രായം. നോവൽ
ആക്കാൻ അല്ല എന്നാൽ അവൾക്ക് തന്നെ വായിച്ച് ജീവിതത്തിൽ ആ
ഗുണപാഠങ്ങളെ ചേർക്കാൻ വേണ്ടിയാണ്. എത്ര വലുതായാലും
മനസ്സിലെ കുട്ടിക്കായി അവൾ എഴുതിയതാണ്.

ചില സ്വപ്നങ്ങൾ സാങ്കല്പിക കഥാപാത്രങ്ങൾ ഉള്ളതാണെങ്കിൽ
ചിലതിൽ കൂട്ടുകാരോ, രാഹുലോ , മുത്തശ്ശനോ, മുത്തശ്ശിയോ
ഉണ്ടാകും. എന്നാൽ എല്ലാ സ്വപ്നങ്ങളും പ്രകൃതിയുമായി
ബന്ധപ്പെട്ടവയാണ്.

"എൻറ് എല്ലാ സ്വപ്നങ്ങളും പ്രകൃതിയുമായി ബന്ധപ്പെട്ടവയാകുന്നത്
എങ്ങനെയാണ്.?" റാണി കൂട്ടുകാരോട് ചോദിച്ചു.

കൂട്ടുകാരും അതിനെക്കുറിച്ച് ചിന്തിക്കുന്നത് അപ്പോഴാണ്.
എന്തുകൊണ്ടായിരിക്കും...? രാഹുൽ അവൻറെ ഒരു ഊഹം
പറഞ്ഞു"നീ എപ്പോഴും പ്രകൃതിയെ കുറിച്ച് ചിന്തിക്കുന്നത്
കാരണമാകാം. നിനക്ക് പുറത്ത് നടക്കുന്നതും, മരങ്ങളോടും
ചെടികളോടും ഒക്കെ സംസാരിക്കുന്നതും ഇഷ്ടമല്ലേ. ഇതെല്ലാം
കാരണമാകാം ."

രാഹുൽ റാണിയെ ഒന്നു നോക്കി, അവൾ സ്വയം അവളെ കുറിച്ച്
ആലോചിക്കുകയായിരുന്നു. രാഹുൽ അവളോട് ചോദിച്ചു "എന്നാലും
എങ്ങനെയാണ് നീ ഈ മരങ്ങളോടും മറ്റ് ചെടികളോടും
സംസാരിക്കുന്നത്?" കൂട്ടുകാർക്കും ഇതേ ചോദ്യം തന്നെയായിരുന്നു,
അവരും ഒരുത്തരത്തിനുവേണ്ടി കാത്തിരുന്നു.

റാണി സ്വയം ഒന്ന് ആലോചിച്ചു, അങ്ങോട്ടുമിങ്ങോട്ടും അവൾ
സംസാരിച്ചു നടക്കാറുണ്ട്, എന്നാൽ അതെങ്ങനെയാണെന്ന് അവൾ
ഒരിക്കലും ചിന്തിച്ചിരുന്നില്ല. എന്നാൽ ഇപ്പോൾ അത് ആലോചിക്കേണ്ട
സമയമായി. "ഞാൻ ഒറ്റയ്ക്ക് നടക്കുമ്പോൾ, പ്രത്യേകിച്ച് മുറ്റത്ത്,

എൻറെ ചുറ്റും പ്രകൃതിയാണെന്ന് എനിക്ക് തോന്നും. അപ്പോൾ ചുറ്റുമുള്ള മരങ്ങളും, പക്ഷികളും, അണ്ണാറക്കണ്ണന്മാരും, ഏവരും എൻറെ കഥകൾ കേൾക്കാനായി വരുന്നതായി ഞാൻ വിചാരിക്കാറുണ്ട്. പ്രകൃതിയോട് സംസാരിക്കുമ്പോൾ എനിക്ക് ഒരു ആശ്വാസം തോന്നാറുണ്ട്. ചിലപ്പോൾ, നമ്മൾ പറയുന്ന എല്ലാ വാക്കുകളും ശ്രദ്ധാലുവായി ഒരാൾ കേട്ടിരിക്കുമ്പോൾ സന്തോഷം തോന്നുകയില്ലേ, എനിക്ക് ശ്രദ്ധാലുവായ ആ ശ്രോതാവ് പ്രകൃതിയാണ്. പിന്നെ മറ്റൊരു കാര്യം എന്തെന്ന് വെച്ചാൽ, നോവലുകളിലും പുസ്തകങ്ങളിലും കാണുന്നതുപോലെ, അമാനുഷിക കഴിവുകൾ ഉള്ള ഒരു കുട്ടിയാകാം ഞാൻ.." റാണി ഒരു പുഞ്ചിരിയോട് കൂടി പറഞ്ഞവസാനിപ്പിച്ചു.

കുട്ടികളെല്ലാവരും കാതോർത്ത് കേട്ടിരിക്കുകയായിരുന്നു, അവരുടെ ജീവിതത്തിലെ ആ ശ്രദ്ധാലുവായ ശ്രോതാവിനെ കുറിച്ച് അവരും ചിന്തിക്കുകയായിരുന്നേക്കാം. കുട്ടികളിച്ചു നടക്കുന്ന റാണി ഇങ്ങനെയുള്ള കാര്യങ്ങൾ പറയുമ്പോൾ ഒരു നിമിഷത്തേക്ക് ഗൗരവക്കാരിയായി പോകുന്നത് കാണാൻ രാഹുലിന് ഏറെ ഇഷ്ടമാണ്, അതുകൊണ്ട് അവളെ പരിഹസിക്കാൻ വേണ്ടി അവൻ ഒരു ചോദ്യം കൂടി ചോദിച്ചു" എന്നാൽ റാണി, നീ പറയുന്നത് എങ്ങനെയാണ് മരങ്ങൾക്കും മറ്റു മൃഗങ്ങൾക്കും മനസ്സിലാവുക? എല്ലാ ജീവജാലങ്ങളുടെയും ഭാഷ വേറെയല്ലേ...?"

റാണി രാഹുലിൻറെ ഭാഗത്തുനിന്ന് ഇങ്ങനെയുള്ള ചോദ്യങ്ങൾ പ്രതീക്ഷിച്ചതാണ്. അവൾ ഇങ്ങനെയുള്ള ചോദ്യങ്ങളെയൊന്നും ഭയന്നില്ല. അവൾ അതിന് ഉത്തരം നൽകി"കാരണം നമ്മളെല്ലാവരും ഉൽഭവിച്ചത് പ്രകൃതി എന്ന മാതാവിൻറെ മണ്ണിൽ നിന്ന് തന്നെയാണ്. അതുകൊണ്ട് നമ്മൾ എത്ര വ്യത്യസ്തരാണെങ്കിലും എവിടന്നോ എന്തോ ഒരു ശക്തി നമ്മളെയൊന്നിപ്പിക്കുന്നുണ്ട്, ഞാൻ ആ ശക്തിയോടാണ് സംസാരിക്കുന്നത്. ആ ശക്തി പ്രകൃതി ആണെന്നാണ് എൻറെ ഊഹം."

റാണിയുടെ ഈ ഉത്തരം കേട്ട് രാഹുലിന് സത്യത്തിലും അത്ഭുതമാണ് തോന്നിയത്, ഇത്ര ചെറിയ പ്രായത്തിൽ ഇങ്ങനെയുള്ള കാര്യങ്ങളൊക്കെ റാണി പറയുന്നുണ്ടല്ലോ. എല്ലാ ചോദ്യത്തിനും അവളുടെ കയ്യിൽ ഉത്തരം ഉണ്ടാവും. അതും ശരിയായ ഉത്തരം.

കൂട്ടുകാർക്കേവർക്കും റാണി അവരുടെ എടുത്ത് ഒരു കഥ പറഞ്ഞു തരുകയാണെന്ന് തോന്നി. അതിനാൽ അവർ ആകാംക്ഷയോടെ

ഓരോ ചോദ്യങ്ങൾ ചോദിച്ചു. ആദ്യം മിന്നു ചോദിച്ചു
"എന്തൊക്കെയാണ് നീ സംസാരിക്കാറ്?"

" ഓരോ ദിവസത്തെ വിശേഷങ്ങളും, ആ ദിവസത്തെ നിധിയെ
കുറിച്ചും, ഞാൻ കണ്ട സ്വപ്നങ്ങളെ കുറിച്ചും എല്ലാം ഞാൻ
വിശദമായി പറയാറുണ്ട്.."

"ദിവസത്തിലെ നിധിയോ?" കഥ ശ്രദ്ധിച്ചു കേട്ടുകൊണ്ടിരുന്ന അപ്പു
ചോദിച്ചു.

"അതെ നിങ്ങൾക്ക് അറിയില്ലേ...?" അവൾ ഒന്ന് അവരെ നോക്കി.
എല്ലാവരും തമ്മിൽ തമ്മിൽ ആർക്കാണ് അറിയാവുന്നത് എന്ന്
നോക്കി, എന്നാൽ ആർക്കും അറിയില്ല. തന്റെ കൂട്ടുകാർക്ക് ഈ
അറിവ് നൽകാനായി റാണി ഉത്സാഹത്തോടെ തുടർന്നു "എല്ലാ
ദിവസവും ഒരു സമ്മാനമാണ്, രാത്രിയാകുമ്പോൾ നമ്മൾ ആ ദിവസം
എന്താണ് ചെയ്തത് എന്നൊക്കെ എഴുതുന്നതും, ഓർത്തു
നോക്കുന്നതും നല്ലതാണ് കാരണം നമുക്ക് ജീവിതം നൽകിയ ഒരു
സമ്മാനം നമ്മൾ ശരിക്കും വിനയോഗിച്ചോ എന്ന് നോക്കണ്ടേ..?
അങ്ങനെ നോക്കുമ്പോൾ ആ ദിവസം നമ്മളെ സന്തോഷിപ്പിച്ച ആ
നിമിഷങ്ങളെ കുറിച്ച് ചിന്തിക്കൂ.. അവയാണ് ആ ദിവസത്തെ നിധി!!"

"എന്നാൽ എല്ലാ ദിവസവും സന്തോഷങ്ങൾ ഉണ്ടാകുമോ" കുട്ടികളുടെ
ഇടയിൽ നിന്ന് അടുത്ത ചോദ്യം ഉയർന്നു.

"തീർച്ചയായും, ചിലപ്പോൾ ചെറിയ ചെറിയ കാര്യങ്ങളായി വേഷം മാറി
വന്ന് സന്തോഷം നമ്മളെ പറ്റിക്കും, നമുക്ക് സന്തോഷം നൽകും.
എന്നാൽ അവനെ കണ്ടുപിടിക്കാൻ പാടാണ്.."

 രാഹുലിന് പെട്ടെന്ന് ഒരു കാര്യം ഓർമ്മ വന്നു" നീ എന്നോട് പണ്ട്
പറഞ്ഞിരുന്നില്ലേ പ്രകൃതി നിൻറെ ചോദ്യങ്ങൾക്ക് ഉത്തരം
നൽകുമെന്ന്, അതെങ്ങനെയാണ്..?"

റാണി പുഞ്ചിരിച്ചുകൊണ്ട് പറഞ്ഞു"എൻറെ ചോദ്യത്തിന്റെ ഉത്തരം
ശരിയാണെങ്കിൽ ഒരു കാറ്റു വീശും, ചെടികളൊക്കെ ഒന്ന് ആടും,
എന്നാൽ തെറ്റാണെങ്കിൽ അവർ അനങ്ങാതെ നിൽക്കും."

കൂട്ടുകാർക്ക് ഏവർക്കും ഈ ഉത്തരം രസകരമായി തോന്നി. അവർ
ഏവരും അറിവ് ലഭിച്ചതിന്റെ സന്തോഷത്തിൽ ചിരിച്ചു. റാണി
അവർക്ക് അറിവ് നൽകിയതിൽ സന്തോഷിച്ചു.

കുട്ടികൾ ഇരുവരും പെട്ടെന്ന് കളിക്കാനായി അപ്രത്യക്ഷരായതെന്തിനാണെന്ന് മുത്തശ്ശിക്കും മുത്തശ്ശനും മനസ്സിലായില്ലായിരുന്നു. കുറെ നേരമായിട്ടും ഇരുവരെയും കാണാത്തതിനാൽ അവർ കളിയുടെ മൈതാനത്തേക്ക് പോയി ഒന്ന് അന്വേഷിക്കാം എന്ന് വിചാരിച്ചു. അങ്ങനെ അവർ അവിടെ നടന്നെത്തി, ഒരു ദൂരത്തു നിന്ന് കുട്ടികളുടെ സംഭാഷണം കണ്ട മുത്തശ്ശനും മുത്തശ്ശിയും അവരുടെ അടുത്തേക്ക് ചെന്നു. "കുട്ടിപ്പട്ടാളങ്ങൾ ഇന്ന് എന്താണ് ചർച്ച ചെയ്യുന്നത്, വലിയ ഗൗരവമുള്ള വിഷയമാണെന്ന് തോന്നുന്നു.."

കുട്ടികൾ എല്ലാവരും പുഞ്ചിരിച്ചു, മൂത്തവരെ കണ്ട ബഹുമാനത്തിൽ എഴുന്നേറ്റ് നിന്നു. മുത്തശ്ശി ഇരുന്നു കൊള്ളാൻ കൈ കൊണ്ട് ആംഗ്യ നൽകി. രാഹുൽ പറഞ്ഞു" എന്റെ മുത്തശ്ശ, എന്ത് പറയാനാ? റാണിയുടെ സ്വപ്നങ്ങളെക്കുറിച്ച് ചർച്ച ചെയ്തത.. റാണിയുടെ സ്വപ്നങ്ങൾ അർഥവത്തായതാണെന്ന് മുത്തശ്ശന് തോന്നുന്നുണ്ടോ..?"

കുറച്ചുനേരം കുട്ടികളോടൊപ്പം ഒരു സംഭാഷണം നടത്താൻ മുത്തശ്ശനും മുത്തശ്ശിയും അവരോടൊപ്പം നിലത്ത് ഇരുന്നു. ഗ്രാമത്തിലെ പോഷക സമൃദ്ധമായ ഭക്ഷണത്തിന്റെ ഗുണം.

"റാണിയുടെ സ്വപ്നങ്ങൾക്ക് എന്തോ ഒരു പ്രത്യേകതയുണ്ടെന്ന് എനിക്ക് തോന്നാറുണ്ട്." മുത്തശ്ശി റാണിയെ നോക്കി പുഞ്ചിരിച്ചുകൊണ്ട് പറഞ്ഞു. മുത്തശ്ശിയുടെ ആ ഉത്തരത്തിനോടൊപ്പം മുത്തശ്ശനും യോജിച്ചു.

 മുത്തശ്ശൻ പറഞ്ഞു"സ്വപ്നങ്ങളുടെ കാര്യം അങ്ങനെ വെറുതെ തള്ളിക്കളയാൻ ആകില്ല... റാണിയുടെ സ്വപ്നങ്ങൾ എല്ലാം അർഥവത്തായതാണ് ഈ ചെറുപ്രായത്തിലും ആ സ്വപ്നങ്ങളുടെ ഉദ്ദേശം എന്താണെന്ന് തിരിച്ചറിയാൻ നിങ്ങൾക്ക് ഏവർക്കും കഴിയുന്നുണ്ടല്ലോ.."

കുട്ടികൾ ഏവരും അഭിമാനത്തോടെ തമ്മിൽ തമ്മിൽ നോക്കി, അതേ അഭിമാനത്തോടു കൂടി റാണി തന്റെ ആഗ്രഹം ഏവരോടും പറഞ്ഞു"ശരിയാണ്.... ഈ സ്വപ്നങ്ങളുടെ അർഥം ലോകത്തെ ഏവരിലേക്കും എത്തിക്കാനായി എനിക്ക് ആഗ്രഹമുണ്ട്."

മുത്തശ്ശി അവളെ വാത്സല്യത്തോടെയും അഭിമാനത്തോടെയും ചേർത്തു നിർത്തി"ഒരു കാര്യം ചെയ്യ്, ഈ സ്വപ്നങ്ങളെക്കുറിച്ചൊക്കെ

ഒരു പുസ്തകത്തിൽ എഴുതി വെക്കൂ.. നമുക്ക് അതൊരു നോവലായി പ്രസിദ്ധീകരിക്കാം..."

സന്തോഷം കൊണ്ട് റാണി എഴുന്നേറ്റു, എന്നിട്ട് ആഹ്ലാദത്തോടെ തുള്ളി ചാടി.. മുത്തശ്ശനും മുത്തശ്ശിയും രാഹുലും കൂട്ടുകാരും തമ്മിൽ തമ്മിൽ നോക്കി ചിരിച്ചു...

ഈ റാണിയുടെ ഒരു കാര്യം...

എന്നാൽ ഇതിനൊക്കെ ഇടയിലും മറ്റൊരാളും ഈ സംഭാഷണമൊക്കെ കേട്ട്, ആരും കാണാതെ ഒരു കോണിൽ പുഞ്ചിരി തൂകി കൊണ്ട് നിൽക്കുന്നുണ്ടായിരുന്നു... സ്വപ്നത്തിലെ ആ നീല പൂവ്!!

8.ഞാൻ ഒരു ദേവിയാണോ ?

കുഞ്ഞിലെ മുതൽ നഗരത്തിൽ നിന്നത് കാരണമാകാം, റാണിക്കും രാഹുലിനും അമ്പലത്തിൽ പോയി അവിടുത്തെ കാര്യങ്ങളൊക്കെ നോക്കി പഠിക്കുന്നതും, കീർത്തനങ്ങൾ ചൊല്ലുന്നതും ഒക്കെ ഏറെ ഇഷ്ടമായിരുന്നു.

നാട്ടിൽ വന്നത് മുതൽ രാവിലെ തന്നെ കുളിച്ച് അമ്പലത്തിൽ പോകാൻ രണ്ട് കുട്ടികൾക്കും നല്ല ഉത്സാഹമായിരുന്നു. ആ കുഞ്ഞ് ഇടവഴിയിൽ കൂടി നടന്നുള്ള അമ്പലത്തിലേക്കുള്ള ആ യാത്രയൊക്കെ കുട്ടികളുടെ മനസ്സിൽ ഇടം നേടി, അത് വനാന്തരങ്ങളിൽ കൂടി നടക്കുന്നതുപോലെ അവർക്ക് പ്രതീതമായി.

തൊഴുത് ഇറങ്ങി കഴിഞ്ഞ് അമ്പലത്തിന്റെ മുൻപിലുള്ള വലിയ ഒരു ആൽമരത്തിന്റെ താഴെ ഇരിക്കുന്നതും പതിവാണ്. അവിടെ ഇരിക്കുമ്പോൾ മനസ്സിൽ നല്ല സമാധാനം തെളിഞ്ഞു വരുന്നതുപോലെ .

തെളിഞ്ഞ കണ്ണാടി പോലുള്ള അമ്പലക്കുളത്തിൽ നോക്കുമ്പോൾ അവളുടെ മുഖത്തിന്റെ സൗന്ദര്യം വർദ്ധിക്കുന്നത് പോലെ അവൾക്ക് തോന്നുന്നത് കാരണമാണോ എന്നറിയില്ല, എന്നാൽ റാണിക്ക് അതൊരു ചെറിയ വിനോദമായിരുന്നു.

നല്ല മഴ പെയ്യുന്ന ദിവസങ്ങളിൽ ഒക്കെ ആ കുളം നിറഞ്ഞ കവിയാറുണ്ട്, അപ്പോൾ വനാന്തരങ്ങളുടെ പകരം പുഴ കടന്നുവരുന്ന പ്രതീകമാണ്. തൻറെ ചുറ്റുമുള്ള ഈ പ്രകൃതി ഭംഗിയൊക്കെ ആസ്വദിക്കുമ്പോൾ റാണി മനസ്സിൽ വിചാരിക്കാറുണ്ട് "ഭഗവാൻ തന്നെയാണ് ഏറ്റവും വലിയ കലാകാരൻ, ഇത്ര ഭംഗിയുള്ള ഈ പ്രകൃതിയെയും നമ്മളെയേവരെയും സൃഷ്ടിച്ചില്ലേ.. "

 അങ്ങനെയിരിക്കെ ഒരു ദിവസമാണ് മുത്തശ്ശി രണ്ടു കുട്ടികളുടെയും മുറിയിലേക്ക് എന്തോ അത്യാവശ്യ കാര്യം പറയാനായി വന്നത്. മുത്തശ്ശി രണ്ടുപേരോടും പറഞ്ഞു"കുട്ടികളെ, ഇന്ന് വൈകുന്നേരം രണ്ടു പേരും നല്ലവണ്ണം കുളിച്ച് മിടുക്കരായി ഒരുങ്ങി നിൽക്കണം കേട്ടോ. ഇന്ന് നമ്മുടെ അമ്പലത്തിൽ കളമെഴുത്തും പാട്ടുണ്ട്. അല്ല,അത് പറഞ്ഞപ്പോഴാണ് ഞാൻ ഓർത്തത്, നിങ്ങൾ രണ്ടുപേരും

കളമെഴുത്തും പാട്ട് കണ്ടിട്ടുണ്ടോ? ആദ്യമായിട്ടല്ലേ കാണാൻ
പോകുന്നത്?"

രാഹുലും റാണിയും, അമ്മയും അച്ഛനും ഒക്കെ പറഞ്ഞു
കേട്ടിട്ടുണ്ടെങ്കിലും ഈ ചടങ്ങ് കാണാൻ പോകുന്നത് ആദ്യമായിട്ടാണ്.
സന്തോഷം കൊണ്ട് തുള്ളിച്ചാടി റാണി "അതേ മുത്തശ്ശി,
ആദ്യമായിട്ടാണ് കാണാൻ പോകുന്നത്. കളം എഴുത്തും പാട്ട് എന്താണ്
മുത്തശ്ശി ആൾക്കാർ പാട്ടുപാടുന്നതാണോ...?"

മുത്തശ്ശി അത് കേട്ട് ചിരിച്ചുകൊണ്ട് പറഞ്ഞു "അല്ലല്ലോ.. ആദ്യം നല്ല
ഭംഗിയുള്ള ഭഗവതിയുടെ ഒരു ചിത്രം വരയ്ക്കും . ശേഷം
മനോഹരമായി പാട്ടുപാടുന്നവർ ഭഗവതിയെ സ്തുതിച്ചുകൊണ്ട്
ഗാനമാലപിക്കും. പിന്നീട് പയ്യെ പയ്യെ ആ കളം മായ്ക്കും. എല്ലാ
വർഷവും ഈ ചടങ്ങ് നടക്കാറുണ്ട്, ഏതായാലും നിങ്ങൾ ഈ വർഷം
ഒന്ന് കണ്ടു നോക്കൂ..."

 അതുകേട്ടതും റാണിയുടെ മനസ്സിൽ മറ്റൊരു ചോദ്യം കടന്നുകൂടി.
സംശയങ്ങൾ മനസ്സിൽ വച്ചു കൊണ്ടിരിക്കാൻ റാണിക്കാവില്ല,
അതിനാൽ അവൾ ചോദിച്ചു "അതെന്താണ് മുത്തശ്ശി പാട്ട്
പാടിക്കഴിഞ്ഞ് ആ ചിത്രം മായ്ച്ചു കളയുന്നത്..?"

 "ഭഗവതിയുടെ ചിത്രം വരച്ച്, ആരാധനയോടെ പാടുന്ന ആ പാട്ടുകൾ
ഭഗവതി അവിടെ ഇരുന്ന് കേൾക്കും എന്നാണ് പറയപ്പെടുന്നത്.
പാട്ടുകൾ അവസാനിക്കുമ്പോൾ ആ ചിത്രം മായിക്കും , കാരണം
അതുകഴിഞ്ഞ് ഭഗവതി തിരിച്ച് വിഗ്രഹത്തിന്റെ അടുത്തേക്ക്
പോകും ." മുത്തശ്ശി മറുപടി നൽകി.

ഇങ്ങനെയുള്ള ചടങ്ങുകളിൽ പങ്കെടുക്കുമ്പോൾ ലഭിക്കുന്ന
അറിവിനും, അതീവ സന്തോഷത്തിനുമൊക്കെ ഉപരി അവർക്ക്
മുത്തശ്ശന്റെയും മുത്തശ്ശിയുടെയും ഒപ്പം സമയം ചിലവഴിക്കാലോ..

 കളം എഴുത്തും പാട്ട് അവർ ആദ്യമായിട്ട് കാണാൻ പോകുന്നതിന്റെ
ഉത്സാഹം ഇരുവർക്കും ഉണ്ട്. വൈകുന്നേരം വരെ സമയം
തള്ളിനീക്കിയത് എങ്ങനെയാണെന്ന് അവർക്ക് തന്നെ അറിയില്ല..
എന്നാലും ആ സമയം അങ്ങനെ എത്തിച്ചേർന്നു.

അമ്പലത്തിൽ ഏവരും ഒരുങ്ങിയാണ് വരുന്നതെന്ന് കേട്ടപ്പോൾ
കുട്ടികൾ അവർക്ക് ഇഷ്ടമുള്ള വസ്ത്രങ്ങൾ ധരിക്കാമെന്ന്
തീരുമാനത്തിൽ എത്തി. രാഹുൽ ഒരു മുണ്ടും ജുബ്ബയുമാണ്
തിരഞ്ഞെടുത്തത്. അതേസമയം റാണി അവൾക്ക് ഇഷ്ടമുള്ള

മുത്തുകൾ ഒക്കെ പതിപ്പിച്ച പട്ടുപാവാടയും ബ്ലൗസും ധരിച്ചു. പിന്നിക്കെട്ടാൻ പാകത്തിന് മുടിയൊന്നുമില്ലെങ്കിലും അവൾ മുത്തശ്ശിയോട് ശാഠ്യം പിടിച്ച് ഇരുവശത്തും മുടി പിന്നിക്കെട്ടി , മുല്ലപ്പൂവും ചൂടി. മുത്തശ്ശി ആണെങ്കിൽ നല്ലൊരു പട്ടുസാരിയും ഉടുത്തു.

മുത്തശ്ശന് കാലുവേദന ഉള്ളതിനാൽ അധികസമയം നിൽക്കാനാവില്ല, അപ്പോൾ മുത്തശ്ശൻ വരുന്നില്ല എന്ന് തീരുമാനിച്ചു. അങ്ങനെ അവർ മൂവരും അമ്പലത്തിലേക്കുള്ള യാത്ര ആരംഭിച്ചു.

അമ്പലത്തിലേക്ക് നടക്കാൻ അത്ര ദൂരം ഒന്നുമില്ല. വൈകുന്നേരം മയങ്ങി, രാത്രിയെ സ്വാഗതം ചെയ്യാൻ ഒരുങ്ങി നിൽക്കുന്ന ആകാശത്തിലെ വെട്ടത്തിൽ അവർ അങ്ങനെ ഓരോ വിശേഷങ്ങളൊക്കെ പറഞ്ഞു നടന്നു.

പലപല നിറങ്ങളിൽ ഉള്ള പ്രകാശം ദൂരെ നിന്ന് സഞ്ചരിച്ച് അവരുടെ അടുത്തേക്ക് ഓടി വന്നു, അത് കണ്ടപ്പോൾ തന്നെ റാണിക്ക് മനസ്സിലായി അമ്പലത്തിന്റെ ചുറ്റുപാടും നല്ല ഭംഗിയിൽ സജ്ജീകരിച്ചിട്ടുണ്ടെന്ന്. അമ്പലത്തിൽ എത്തിയതും മനോഹരമായ കാഴ്ചകളായിരുന്നു അവരെ പ്രതീക്ഷിച്ചു നിന്നത്. അവിടെ നിന്നിരുന്ന ചെടികളെ പലനിറത്തിലുള്ള ബൾബുകൾ കൊണ്ട് സജ്ജമായി നിർത്തിയിട്ടുണ്ടായിരുന്നു. എന്നാൽ അമ്പലത്തിനു സമീപം ചെന്നാൽ അവിടെ പ്രകാശം പടർത്തുന്ന ചെരാതുകൾ പലതരത്തിൽ അലങ്കരിച്ചു വച്ചിരിക്കുന്നത് കാണാം. ചുറ്റമ്പലത്തിലെ വിളക്കുകൾ നന്നായി മിനുക്കി തേച്ച്, പ്രകാശത്തിന്റെ ഒരംശം നൽകി അവിടെ വച്ചിട്ടുണ്ടായിരുന്നു. അമ്പലത്തിലെ പ്രകാശം പോലെ തന്നെ ആകാശം രാത്രിയെ സ്വാഗതം ചെയ്ത് നക്ഷത്രങ്ങളാൽ പ്രകാശം തുളുമ്പി നിന്നു.

അവർ അമ്പലത്തിന്റെ ഉള്ളിൽ കയറി തൊഴുതു. പ്രതിക്ഷണവും വച്ചു. പുറത്തേക്കാവിലേക്ക് അവർ യാത്ര ആരംഭിച്ചു. കാവിൽ ആയിരുന്നു കളമെഴുത്തും പാട്ട് നടക്കാറ്.

അമ്പലം കണ്ടതോടുകൂടി തന്നെ റാണിയും രാഹുലും അത്ഭുതപ്പെട്ടിരിക്കുകയായിരുന്നു എന്നാൽ കാവ് കണ്ടതും അവർ അമ്പരന്നു പോയി. ഭംഗിയുള്ള ചിരാതുകളുടെ പ്രകാശം കാവിൽ ആകെ പടർന്നു അതൊക്കെ കണ്ടുകൊണ്ട് അവർ അകത്തേക്ക് ചെന്നു. എന്നാൽ അവിടെ അതിലും മനോഹരമായ വർണ്ണങ്ങൾ കൊണ്ട് നിറഞ്ഞ ദേവിയുടെ രൂപം വരച്ചിട്ടുണ്ടായിരുന്നു.

ഒരു കൂട്ടം ആൾക്കാർ അവിടെ നിൽക്കുന്നുണ്ടായിരുന്നു . റാണിക്ക്
മനസ്സിലായി അവരാണ് പാട്ടുപാടാൻ പോകുന്നത് എന്ന്. അവർ
പാടാനുള്ള തയ്യാറെടുപ്പുകൾ ചെയ്യുകയായിരുന്നു.

കളമെഴുത്തും പാട്ട് കാണാൻ കുറെ ജനങ്ങൾ അവിടെ
സന്നിഹിതരായിരുന്നു. അതിൽ ചിലർ മുത്തശ്ശിയുടെ
കൂട്ടുകാരായിരുന്നു, പിന്നെ എന്താ നടന്നതെന്ന് വിശദീകരിക്കേണ്ട
ആവശ്യം ഒന്നുമില്ല. മുത്തശ്ശി കൂട്ടുകാരുടെ ഒപ്പം ഓരോ
നാട്ടുവർത്താനങ്ങളിൽ മുഴുകിയിരുന്നു, റാണിയും രാഹുലും
കളമെഴുത്തും പാട്ടിൻറെ ഓരോ ചടങ്ങുകളും ശ്രദ്ധാപൂർവ്വം
കണ്ടുനിന്നു. അങ്ങനെ ദീപാരാധന ഒക്കെ കഴിഞ്ഞോപ്പോൾ പാട്ടുകൾ
ആരംഭിച്ചു.

കുറെ നേരം ആ പാട്ടുകളൊക്കെ കേട്ട് അവർ അവിടെ നിന്നു. പാട്ടിൽ
ലയിച്ച്, സ്വരങ്ങളുടെ അതിസുന്ദരമായ ആ ലോകത്ത് ഏവരും
അവരവരുടെ കാല് കിഴക്കുന്നതൊ, വേദനിക്കുന്നതൊ ഒന്നും
അറിഞ്ഞില്ല.

 സംഗീതത്താൽ നിറഞ്ഞ ആ രാത്രി അങ്ങനെ അവസാനിച്ചു.
പാട്ടുകളൊക്കെ അവസാനിച്ചുവെങ്കിലും രണ്ടു കുട്ടികളുടെയും
മനസ്സിൽ ആ ഈണങ്ങൾ സ്വയമേ എങ്ങനെയൊക്കെയോ
എത്തിച്ചേർന്നു. അങ്ങനെ അവർ വീട്ടിലേക്ക് തിരിച്ചു. എന്നാൽ
ഇത്രയും നേരം തൻറെ മനസ്സിൽ തോന്നിയ ഒരു കാര്യം റാണി
രാഹുലിനോടും മുത്തശ്ശിയോടും പറഞ്ഞു "മുത്തശ്ശി" റാണി വിളിച്ചത്
കേട്ട് മുത്തശ്ശി അവളെ നോക്കി.

" ഞാൻ പറയുന്നത് നിങ്ങൾ രണ്ടുപേരും തമാശയായിട്ട് എടുക്കരുത്.."
റാണി 'രണ്ടുപേരും' എന്ന് സംബോധന ചെയ്തെങ്കിലും അവൾ
രാഹുലിനെയായിരുന്നു ഉദ്ദേശിച്ചത്. റാണി ഇങ്ങനെ പറഞ്ഞു
തുടങ്ങുന്നതൊക്കെ തമാശയായി തീരും എന്നാണ് രാഹുലിന്റെ വാദം.

" മോള് കാര്യം എന്താണെന്ന് പറയൂ.." മുത്തശ്ശി രാഹുലിനെ ഒന്നു
വിലക്കുന്ന നോട്ടം നോക്കിയിട്ട് റാണിയോട് പറഞ്ഞു.

" കളമെഴുത്തും പാട്ട് നടന്നുകൊണ്ടിരിക്കുമ്പോൾ എനിക്ക്, ഞാനൊരു
ഭഗവതിയുടെ അവതാരം ആണെന്ന് തോന്നി."

റാണി അത് പറഞ്ഞു തീർന്നതും രാഹുൽ ചിരിക്കാൻ തുടങ്ങി, അവന്
ചിരി നിർത്താൻ കഴിഞ്ഞില്ല.

എന്നാൽ മുത്തശ്ശി പറഞ്ഞു"രാഹുൽ, നീ അധികം ചിരിക്കണ്ട. റാണി പറഞ്ഞതിലും ഒരു കാര്യമുണ്ട്."

ആശ്ചര്യത്തോടെ രാഹുൽ മുത്തശ്ശിയെ നോക്കി . "എന്ത് കാര്യമാണ് മുത്തശ്ശി...? റാണി പറഞ്ഞത് സത്യമാണെന്നാണോ മുത്തശ്ശി പറയുന്നത്..?"

 ചുറ്റും ഒരു ചെറിയ കാറ്റ് വീശി... മുത്തശ്ശി പുഞ്ചിരിച്ചുകൊണ്ട് പറഞ്ഞു "റാണി പറഞ്ഞതിലും ഒരു കാര്യമുണ്ട്, സന്തോഷവേളകളിൽ നമ്മളെ ചിരിപ്പിച്ചു, സങ്കടങ്ങളിൽ പ്രതീക്ഷയുടെ പ്രകാശം പകർന്നു നൽകുന്നതുമായ ഒരു ശക്തി നമ്മുടെ ഏവരുടെയും ഉള്ളിൽ ഉണ്ട്. നമുക്ക് ശക്തി പ്രദാനം ചെയ്യുന്ന ഒരു ശക്തി... അതിനാൽ നമ്മൾ നമ്മളെ തന്നെ ബഹുമാനിക്കണം, എന്നാൽ ഒരിക്കലും അഹങ്കരിക്കരുത്.."

 അങ്ങനെ വേനൽക്കാലത്തെ പാഠങ്ങൾക്കിടയിൽ മറ്റൊരു സന്ദേശവും ഇടം നേടി...

9. മാമ്പഴ തർക്കം

വേനൽ സൂര്യൻറെ കിരണങ്ങളെക്കാൾ ശക്തമായി മഴ പെയ്യാൻ ആരംഭിച്ചു. കാലാവസ്ഥയുടെ ഈ മാറ്റം റാണിയെ ഏറെ ഭയപ്പെടുത്തുന്നുണ്ടായിരുന്നു . കാരണം ഈ മാറ്റങ്ങളെല്ലാം വേനൽക്കാലം അവസാനിച്ചു എന്നതിൻറെ സൂചനകളാണ്, അപ്പോൾ അവധിയൊക്കെ കഴിഞ്ഞ് തിരിച്ചു നഗരത്തിലേക്ക് പോകണ്ടേ..? അതിന് ഒരു മനസ്സ് വരുന്നില്ല.

 ഓരൊ സ്വപ്നങ്ങളിൽ മുഴുകി കിടക്കുകയായിരുന്നു റാണി. കുഞ്ഞിക്കിളികളുടെ ശബ്ദം പോലും അവളെ എഴുന്നേൽപ്പിച്ചില്ല. പുറത്ത് നല്ല തണുപ്പുണ്ടായിരുന്നു, അതുകൊണ്ട് ആ ദിവസം രാഹുൽ വരെ മൂടിപ്പുതച്ച് കിടന്നുറങ്ങുകയായിരുന്നു.

സ്വപ്നങ്ങളുടെ ലോകത്ത് നീന്തി കളിച്ചുകൊണ്ടിരുന്ന റാണിയെ പെട്ടെന്ന് എഴുന്നേൽപ്പിച്ചത് ആരൊക്കെയോ വഴക്ക് കൂടുന്ന ശബ്ദമായിരുന്നു.

അപ്പുറത്തെ മുറിയിൽ കിടന്നിരുന്ന രാഹുലും പെട്ടെന്ന് ഞെട്ടി എഴുന്നേറ്റു. അവൻ കണ്ണ് തിരുമ്മിക്കൊണ്ട് റാണിയുടെ മുറിയിലേക്ക് വന്നു. "എന്തിനാ റാണി നീ ഇങ്ങനെ കിടന്നു ഒച്ച വയ്ക്കുന്നത്. ആരുമായിട്ടാണ് വഴക്ക് കൂടുന്നത്...?".

റാണി ചാടി എഴുന്നേറ്റു."ഞാനോ...? അത് അപ്പുറത്തെ വീട്ടിൽ ആരോ വഴക്കുണ്ടാക്കുന്നതാണ്.. എന്നാലും ഇത് ആരാണ് ഇങ്ങനെ ഒച്ചയെടുക്കുന്നത്?"

രണ്ടുപേർക്കും ആരാണ് വഴക്കുണ്ടാക്കുന്നത് എന്നറിയാൻ ആകാംക്ഷയായി. എന്തോ ഒരു വലിയ വഴക്ക് തന്നെയാണ്.

രണ്ടുപേരും തയ്യാറായി , അവർ അവരുടെ ചായ ഗ്ലാസുകളെ തേടി അടുക്കളയിലേക്ക് ഓടി. അവിടെ മുത്തശ്ശി രാവിലത്തെ ഭക്ഷണത്തിനുവേണ്ടിയുള്ള തയ്യാറെടുപ്പുകൾ ചെയ്യുകയായിരുന്നു. റാണി ചോദിച്ചു"മുത്തശ്ശി ആരാണ് ഈ വഴക്ക് കൂടുന്നത്.... എന്തൊരു ഒച്ച..?"

"ശരിയാണ്... രാവിലെ തന്നെ ഈ ഒച്ചയൊക്കെ കേട്ടപ്പോൾ മുത്തശ്ശൻ കാര്യം എന്തെന്ന് തിരക്കാൻ ഇറങ്ങിയതാണ്, പക്ഷേ കുറെ നേരമായി പോയിട്ട്..." മുത്തശ്ശി അടുക്കള ജനലിൽ കൂടി പുറത്തേക്ക് നോക്കി, എന്നാൽ മുത്തശ്ശിയുടെ ദൃഷ്ടിയെ തടസ്സപ്പെടുത്തി കൊണ്ട് വെണ്ടയും, തക്കാളിയും, പടവലവും ഒക്കെ പുറത്ത് ആ വഴക്കൊന്നും ശ്രദ്ധയിൽപ്പെടുത്താതെ കാറ്റത്ത് ചാഞ്ചാടി നിന്നു. " ഒരു കാര്യം ചെയ്യാം, നിങ്ങൾ ഇവിടെ നിൽക്ക് . ഞാൻ മുത്തശ്ശൻ എവിടെയാണെന്ന് നോക്കട്ടെ."

" ഇത്രയും നേരം മുത്തശ്ശൻ അവിടെ നിൽക്കേണ്ടി വന്നെങ്കിൽ പ്രശ്നം ഗുരുതരമായിരിക്കുമല്ലേ, മുത്തശ്ശി? " രാഹുൽ ചോദിച്ചു. മുത്തശ്ശി അത് തലയാട്ടി സമ്മതിച്ചു.

 അതേസമയം റാണി കാര്യം എന്തെന്ന് അറിയാനുള്ള ഒരു കൗതുകത്തിലാണ്. രാമമന ഗ്രാമത്തിൽ വഴക്കോ വാഗ്ദത്തങ്ങളോ ഒന്നും അങ്ങനെ ഉണ്ടാവാറില്ല. ഈ ലോകത്തേക്കാൾ ഒക്കെ വ്യത്യസ്തമാണ് രാമമന. ഗ്രാമമാണെങ്കിലും ആ നാട്ടുകാരുടെ മാത്രം ഒരു കൊച്ചുലോകമാണത്. അവിടെ നിൽക്കാൻ ഇനി കുറച്ചു ദിവസങ്ങൾ കൂടിയേ കഴിയൂ.. ഈ ചിന്തകൾ വർധിക്കുന്തോറും ആരും കാണാതെ റാണിയുടെ കണ്ണിൽനിന്ന് ഒരു കണ്ണുനീർ ഊർന്നിറങ്ങി. പെട്ടെന്ന് അവൾ ചോദിച്ചു " ഞങ്ങൾ കൂടെ വന്നോട്ടെ മുത്തശ്ശി?"

 മുത്തശ്ശി കുട്ടികളെ നോക്കി ഏതായാലും ഇനി അവർ ഉടനെ മടങ്ങുമല്ലോ, പിന്നെ എപ്പോഴാ കാണാൻ കിട്ടുക എന്ന് ആർക്കറിയാം... അതുകൊണ്ട് മുത്തശ്ശി കൈകൊണ്ട് വന്നുകൊള്ളൂ എന്ന ആഗ്ഞ കുട്ടികൾക്ക് നൽകി.

മൂന്നുപേരും പുറത്തേക്കിറങ്ങി. ഉമ്മറത്ത് നിന്ന് ആഞ്ഞു നോക്കി . മുത്തശ്ശനെ ആണെങ്കിൽ കാണാനില്ല. ഇത്ര രൂക്ഷമായ ഈ വഴക്ക് എന്തിനെപ്പറ്റി ആയിരിക്കും, ആരാണ് ഉണ്ടാക്കുന്നത്..?

അവർ പുറത്തേക്ക് ഇറങ്ങിയതും ആൾക്കൂട്ടത്തിന്റെ ഇടയിൽ നിന്ന് മുത്തശ്ശൻ വീട്ടിലേക്ക് നടന്നുവന്നു . എന്നാൽ മുത്തശ്ശന്റെ മുഖത്തിന് തീരെ ശോഭനീയം അല്ലാത്ത ഭാവമായ ദേഷ്യവും മുത്തശ്ശനോടൊപ്പമുണ്ടായിരുന്നു. ദേഷ്യത്തിൽ എന്തൊക്കെയോ പുറുപുറുത്തുകൊണ്ടാണ് മുത്തശ്ശന്റെ വരവ്.

റാണി മുത്തശ്ശന്റെ അരികിലേക്ക് ഓടിച്ചെന്നു. "എന്തുപറ്റി മുത്തശ്ശാ..? ഇത്ര ദേഷ്യം വരാൻ കാരണമെന്താണ്? മാത്രമല്ല അവിടെ ആരാണ് ഈ

വഴക്കുണ്ടാക്കുന്നത്, രാവിലെ ആണെങ്കിൽ കിടന്നുറങ്ങാനും കഴിയുന്നില്ല... എന്തൊരു കഷ്ടം."

മുത്തശ്ശന്റെ ദേഷ്യം ഒന്ന് തണുത്തു." എന്റെ മക്കളെ എന്ത് പറയാനാ.., ഇത്ര നിസ്സാര കാര്യത്തിന് ഒക്കെ വഴക്ക് കൂടുന്നത് ഞാൻ കണ്ടിട്ടില്ല"

"അതിന് ആരാണ് വഴക്ക് കൂടുന്നത്.... എന്തിനാണ് വഴക്ക് കൂടുന്നത്? കാര്യങ്ങൾ വിശദമാക്കി പറയുമോ മുത്തശ്ശാ..."രാഹുൽ ക്ഷമ കെട്ടു പറഞ്ഞു.

"ശരിയാണ്.. ഇതുവരെ ഇങ്ങനെ ഒരു വഴക്ക് ഈ ഗ്രാമത്തിൽ ഉണ്ടായിട്ടില്ല.." മുത്തശ്ശി ആരോപിച്ചു.

"നമ്മുടെ സുഗുണൻ ചേട്ടനും സതീശൻ ചേട്ടനും തമ്മിലാണ് വഴക്ക്. അതും വീണ്ടും ആ മാവിന്റെ പേരിൽ തന്നെ". മുത്തശ്ശൻ ഏവരുടെയും ചോദ്യത്തിന് ഒരൊറ്റ ഉത്തരം നൽകി.

ശാന്തശീലനായ സുഗുണൻ ചേട്ടൻറെ ശാന്തത അപ്രത്യക്ഷമാകുന്നത് ആ മാവിൻറെ കാര്യം വരുമ്പോഴാണ്. നാട്ടിലെ പേര് എടുത്ത കൃഷിക്കാരനായ സുഗുണൻ ചേട്ടൻറെ ആകെയുള്ള സമ്പത്ത് ആ നെല്ലും, പച്ചക്കറികളും പിന്നെ ആ മാവുമാണ്. നാട്ടിലെ ഏവരുടെയും കൃഷിയിലൊക്കെ സഹായിച്ചും, അവരുടെ കൃഷിയെ കുറിച്ച് ബന്ധപ്പെട്ട സംശയങ്ങൾ ഒക്കെ തീർത്തു കൊടുത്തും സുഗുണൻ ചേട്ടൻ അവരുടെ ബഹുമാനത്തിന് അർഹനായി. ആളുടെ വീട്ടിലാണ് തർക്കത്തിന് കാരണമായ മാവിൻറെ ഉദ്ഭവസ്ഥാനം. ആവശ്യത്തിനു ഉയരം ഉണ്ടെങ്കിലും ആരും കയറാത്ത മാവിനെ തോൽപ്പിക്കാൻ കഴിഞ്ഞില്ല. ഉയരത്തിൽ കേമൻ അല്ലെങ്കിലും മാമ്പഴങ്ങളുടെ മാധുര്യത്തിന്റെ കാര്യത്തിൽ ബഹു കേമനാണ്.

സുഗുണൻ ചേട്ടന് വിപരീതമായി സതീശൻ ചേട്ടൻ ഒരു മുൻകോപക്കാരനാണ്. പണ്ട് വിദേശത്തായിരുന്നു ജോലി എന്നാൽ ഇപ്പോൾ നാട്ടിലാണ്. സുഗുണൻ ചേട്ടൻറെ മുറ്റത്ത് നിന്ന മാവിന്റെ മിക്ക്യ ചില്ലകളും പടർന്നു നിൽക്കുന്നത് സതീശൻ ചേട്ടൻറെ വീട്ടിലേക്കാണ്. എല്ലാ കൊല്ലവും, ഈ വഴക്കൊന്നും നടക്കുന്നത് അറിയാത്ത മാവിൽ സതീശൻ ചേട്ടൻറെ വീട്ടിലേക്ക് ചാഞ്ഞു നിൽക്കുന്ന ചില്ലകളിൽ കുറെ മാമ്പഴങ്ങൾ കൂട്ടംകൂടി നിൽക്കാറുണ്ട്. കുറെ മാമ്പഴങ്ങൾ ലഭിക്കുന്ന സതീശൻ ചേട്ടൻ ഒരൊറ്റ എണ്ണം പോലും

സുഗുണൻ ചേട്ടന് നൽകാറില്ല. അപ്പോൾ വഴക്കുണ്ടാകാനുള്ള എല്ലാ സാഹചര്യങ്ങളും എല്ലാ കൊല്ലവും ഉണ്ടാകാറുണ്ട് .

എന്നാൽ ഇന്ന് പെട്ടെന്ന് ഈ വഴക്ക് എങ്ങനെയാണ് രൂക്ഷമായത്? ഇതേ ചോദ്യം തന്നെയാണ് മുത്തശ്ശി മുത്തശ്ശനോട് ചോദിച്ചത്.

" എന്നത്തേയും പോലെ മാവിൽ കുറെ മാമ്പഴങ്ങൾ ഉണ്ടായി, ഭൂരിഭാഗം മാമ്പഴങ്ങളും കിട്ടിയത് സതീശനായിരുന്നു. സുഗുണന് ഒരെണ്ണം പോലും കിട്ടിയില്ല. അതുപോരെ വഴക്കിന് കാരണം...? ആളുകൾ ഇരുവരെയും കാര്യങ്ങൾ പറഞ്ഞു മനസ്സിലാക്കാൻ ശ്രമിക്കുന്നുണ്ട്, എന്നാൽ ആര് കേൾക്കാൻ.. അതുകാരണമാണ് ഞാൻ ഇങ്ങു പോന്നത്." മുത്തശ്ശൻ അടുത്തിരുന്ന ചാരുകസേരയിലേക്ക് ഇരുന്നു.

ഇങ്ങനെയുള്ള പ്രശ്നങ്ങളുടെ പരിഹാരം കണ്ടുപിടിക്കാൻ ഇപ്പോൾ റാണിക്കും രാഹുലിനും ഏറെ താല്പര്യമാണ്. ഉചിതമായ പരിഹാരമാണെങ്കിൽ അത് അനുസരിക്കാൻ തയ്യാറായ ആളുകളായിരുന്നു ആ ഗ്രാമത്തിലേത്.. അതായിരുന്നു അവരുടെ ഏറ്റവും വലിയ പ്രചോദനം.

ഇവരുടെ ഈ വഴക്ക് ഗ്രാമത്തിൽ ആകെ പ്രസിദ്ധമാണ്. അതുമാത്രമല്ല അതിൻറെ പരിഹാരവും ഏവർക്കും അറിയാം . എന്നാൽ സതീശൻ ചേട്ടനും സുഗുണൻ ചേട്ടനും അത് മനസ്സിലാക്കാൻ തയ്യാറാവാത്തതാണ് യാഥാർത്ഥ്യത്തിൽ പ്രശ്നം.

അസാധാരണമായ പരിഹാരങ്ങൾ മനസ്സിൽ പെട്ടെന്ന് തെളിഞ്ഞു വരുന്നത് മുറിയിൽ ഇരുന്ന് ആലോചിക്കുമ്പോഴാണ്. അപ്പോൾ അവരും അത് തന്നെ ചെയ്തു. രാഹുൽ അവന്റെ 'പ്രശ്നങ്ങളുടെ പരിഹാരം' എന്ന മനസ്സിലെ ആ പുസ്തകം ഒന്ന് മറിച്ചു നോക്കി. അപ്പോൾ ദാ മനസ്സിൽ ഒരു മിന്നായം പോലെ ആ ഉപായം തെളിഞ്ഞു വന്നു. ചെറുതാണെങ്കിലും അത് തക്കതായി പ്രയോഗിച്ചാൽ വിജയത്തിലേക്ക് കുതിക്കാം.. അവൻ അടുത്തിരുന്ന റാണിയെ ഒരൊ ആലോചനകളിൽ നിന്ന് തട്ടിയുണർത്തി കാര്യം പറഞ്ഞു. പിന്നെ അത് മുത്തശ്ശൻ അറിഞ്ഞു, ശേഷം മുത്തശ്ശിയും.

എന്നത്തേയും പോലെ ഈ ഉപായവും കുട്ടികൾക്ക് അവരുടെ കലപ്രദർശിപ്പിക്കാൻ ഒരു വേദിയെരുക്കി. എന്നാൽ ഈ നാടകത്തിലെ പുതുമുഖം മുത്തശ്ശിയായിരുന്നു. അവർ അവരുടെ വേദിയിലേക്ക് ഉള്ള പ്രയാണം ആരംഭിച്ചു. വഴക്കു നടക്കുന്ന ആ സ്ഥലം

വേദിയാകുകയും , അവിടുത്തെ വഴക്ക് കാണാനും, സുഗുണൻ ചേട്ടനെയും സതീശൻ ചേട്ടനെയും പിന്തിരിപ്പിക്കാനും എത്തിയ ജനക്കൂട്ടം കാണികളായി പ്രഖ്യാപിക്കപ്പെടുകയും ചെയ്തു. ഇനി നാടകം ആരംഭിച്ചാൽ മാത്രം മതി.

"ഇത് എൻറെ മുത്തശ്ശിയാണ്, അതുകാരണം എന്റെ എടുത്തിരിക്കും ആദ്യം." ഏവരുടെയും ശ്രദ്ധ ആകർഷിച്ചുകൊണ്ട് മഹാനടൻ രാഹുൽ നാടകത്തിൻറെ ആദ്യ വരികൾ ഉരുവിട്ടു.

"അല്ല.. ഇതെൻറെ മുത്തശ്ശിയാണ്." മഹാനടൻ രാഹുലിന് തുല്യമായി മികച്ച അഭിനയം റാണിയും കാഴ്ചവച്ചു.

" അല്ല എൻറെ മുത്തശ്ശിയാണ്..." രണ്ടുപേരും അടി കൂടാൻ തുടങ്ങി.

അപ്പോൾ നാട്ടുകാരുടെ എല്ലാവരുടെയും ശ്രദ്ധ സുഗുണൻ ചേട്ടന്റെയും സതീശൻ ചേട്ടന്റെയും വഴക്കിൽ നിന്ന് മാറി റാണിയുടെയും രാഹുലിന്റെയും അടുത്തേക്ക് തിരിഞ്ഞു.

ആളുകൾക്ക് ആശ്ചര്യമായി പോയി, ഈ കുട്ടികൾക്ക് ഇത് എന്തുപറ്റി. അഭിനേതാക്കളുടെ കഴിവ് കാരണമാകാം, കാണികൾ നാടകത്തിലെ രംഗങ്ങൾ യാഥാർത്ഥ്യമാണെന്ന് തെറ്റിദ്ധരിച്ചു.

"ഇതെന്റെ മുത്തശ്ശിയാണ്.. ആദ്യം ഞാനാണ് മുത്തശ്ശിയെ കണ്ടത് അതുകൊണ്ട് മുത്തശ്ശി എനിക്ക് ആദ്യം കഥ പറഞ്ഞു തരും."

വഴക്ക് അങ്ങനെ തുടർന്നു. ഇതൊക്കെ കണ്ട് അത്ഭുതപ്പെട്ട് നിൽക്കുന്ന ചിന്നു അവളുടെ അടുത്ത് അതെ ആശ്ചര്യത്തോടുകൂടി നിൽക്കുന്ന മിന്നുവിനോട് ചോദിച്ചു, "ഇത് നമ്മുടെ കൂട്ടുകാർ.. റാണിയും രാഹുലും തന്നെയല്ലേ?"

താൻ വ്യക്തമായിട്ട് തന്നെയാണോ കാണുന്നത് എന്ന് ഉറപ്പുവരുത്താനായി മിന്നു കുറച്ചടി മുമ്പോട്ട് നടന്നു, എന്നാൽ കാഴ്ചയ്ക്ക് യാതൊരു മാറ്റവുമില്ല. ഇവരുടെ തൊട്ടടുത്തുനിന്ന് ഒരാൾ കാണുന്നത് നാടകമാണെന്ന ഭാവത്തിൽ ഓരോന്ന് പറയുന്നുണ്ടായിരുന്നു.

" രാഹുൽ ആ വരികൾ പറഞ്ഞപ്പോൾ ഭാവം കുറച്ചു കുറവായിരുന്നു.."

"മുത്തശ്ശിയുടെ അഭിനയം കൊള്ളാം.." അവർ ഇരുവരും ആളാരാണെന്ന് അറിയാൻ തിരിഞ്ഞുനോക്കി. അത് മറ്റാരുമായിരുന്നില്ല ചന്തുവായിരുന്നു!

" നമ്മുടെ കൂട്ടുകാരുടെ ഇടയിൽ ഇത്രയും വലിയ വഴക്ക് നടക്കുമ്പോൾ നീ എന്തൊക്കെയാണ് ഈ പറഞ്ഞുകൊണ്ടിരിക്കുന്നത്..?" ചിന്നു ദേഷ്യത്തിൽ ചോദിച്ചു.

" വഴക്കോ...? നിങ്ങൾക്ക് ബുദ്ധിയില്ലെന്ന് ഓരോ നിമിഷവും തെളിയിച്ചുകൊണ്ടിരിക്കുകയാണല്ലോ.. ഇതൊക്കെ അവരുടെ അഭിനയം അല്ലേ..!"

 അങ്ങനെ ആ വാക്ക് തർക്കം രൂക്ഷമായി തുടങ്ങി. നാടകത്തിൻറെ അവസാന രംഗം എത്തിച്ചേർന്നു, രണ്ടു കുട്ടികളും മുത്തശ്ശിയുടെ രണ്ടു കൈയിലും പിടിച്ച് വലിക്കാൻ തുടങ്ങി. പതുക്കെ വലിക്കുന്നത് അതിശക്തമായി വലിക്കുന്നത് പോലെ ജനങ്ങൾക്ക് പ്രതീതമായി. പുതുമുഖമായ മുത്തശ്ശിയുടെ ഭാവങ്ങളും നാടകത്തെ ജനഹൃദയങ്ങളിലേക്ക് ചേർക്കാൻ സഹായിച്ചു.

 അത് കണ്ടുകൊണ്ട് നിൽക്കാൻ സുഗുണൻ ചേട്ടന് സാധിച്ചില്ല, "എന്താ കുട്ടികളെ നിങ്ങൾ ഈ കാണിക്കുന്നത്...? ഇത്ര നിസ്സാരകാര്യത്തിനു വേണ്ടിയാണോ രണ്ടുപേരും വഴക്ക് കൂടുന്നത്? നിങ്ങളെ ഇരുവരെയും ഒരുപോലെ സ്നേഹിക്കുന്ന മുത്തശ്ശിക്ക് എന്ത് വിഷമം ആയിരിക്കും ഇത് കാണുമ്പോൾ..."

 സുഗുണൻ ചേട്ടൻറെ ഭാഗത്തുനിന്നും ഈ വാചകങ്ങൾക്ക് വേണ്ടി കാത്തിരിക്കുകയായിരുന്നു രാഹുൽ, "അപ്പോൾ നിങ്ങൾ രണ്ടുപേരും എന്തിനാണ് വഴക്ക് കൂടുന്നത് ..?"

ചോദ്യം നിസ്സാരമാണെന്ന ഭാവത്തിൽ ചിരിച്ചുകൊണ്ട് സതീശൻ ചേട്ടൻ പറഞ്ഞു "നിങ്ങളുടെ മുത്തശ്ശിയെ പോലെയാണോ ഈ മാവ്.. ഇതൊരു മരം അല്ലേ?"

 അത് കേട്ടതും റാണി പറഞ്ഞു "എൻറെ സതീശൻ ചേട്ടാ, ഈ ഭൂമി നമ്മുടെ ഏവരുടെയും അമ്മയാണ്. എത്രയൊക്കെ വേലികെട്ടി സ്ഥലം തിരിച്ചാലും അമ്മയ്ക്ക് നമ്മൾ ഏവരും ഒരുപോലെ തന്നെയാണ്. അപ്പോൾ ആ അമ്മയുടെ സ്നേഹത്തിന്റെ പ്രതീകമായ ഈ മരത്തിലെ ഫലങ്ങൾ നമ്മൾ ഏവരുടെയുമാണ്. എല്ലാവരുമായി പങ്കുവയ്ക്കുമ്പോൾ ലഭിക്കുന്ന ആ സന്തോഷം മറ്റെവിടെ കിട്ടും..?

അപ്പോൾ ഈ മാമ്പഴങ്ങളുടെ മാധുര്യം കുറച്ചുകൂടി വർദ്ധിക്കും..മാത്രമല്ല അത് നല്ല കാര്യംകൂടിയാണ്.."

റാണി ഈ പറഞ്ഞത് കേട്ടപ്പോൾ രാഹുൽ ഉൾപ്പെടെ എല്ലാവരും അമ്പരന്നു പോയി. അവൾക്ക് ഇതെല്ലാം അറിയാമെന്ന് ആരും പ്രതീക്ഷിച്ചില്ല.

ഈ ചെറിയ കാര്യത്തിനായിരുന്നുവല്ലോ അവർ ഇത്രയും നേരം വഴക്ക് കൂടിയതെന്നാലോചിച്ച സുഗുണൻ ചേട്ടനും സതീശൻ ചേട്ടനും നാണമായി. അവരുടെ ആ മുഖഭാവം കണ്ട് ഏവരും വാവിട്ട് ചിരിച്ചു. ആ ചിരി ആസ്വദിച്ച് അവർ ഇരുവരും അതിൽ പങ്കുചേർന്ന് കെട്ടിപ്പിടിച്ചു !! ആ കാഴ്ച ദർശിച്ച എല്ലാവരുടെയും മനോഹരമായ മുഖത്തെ ചിരി കണ്ടിട്ട് നിത്യം ചിരിച്ചുകൊണ്ട് നിൽക്കുന്ന പൂക്കൾക്ക് വരെ അസൂയ തോന്നി.

അപ്പോൾ പെട്ടെന്ന് സതീശൻ ചേട്ടൻ എല്ലാവരോടുമായി പറഞ്ഞു "എന്തായാലും ഇത്ര മാമ്പഴങ്ങൾ ഉണ്ടായതല്ലേ, എല്ലാവരും ഇവിടെ കൂടിയിട്ടുമുണ്ട്, നമുക്ക് എല്ലാവർക്കും ഈ മാവിൻറെ ചോട്ടിൽ ഇരുന്ന് കഥകളൊക്കെ പറഞ്ഞു മാമ്പഴവും കഴിച്ച് അങ്ങ് ഇരിക്കാം...."

എല്ലാവരും അങ്ങനെ മാവിൻ ചോട്ടിൽ ഒത്തുകൂടി. .....

10.പോകുമോ

മഴയോടൊപ്പം കൈകോർത്ത് ഇടവമാസം എത്തി. പേപ്പർവഞ്ചികളുടെയും, കാർമേഘങ്ങളുടെയും ഒപ്പം സ്കൂൾ തുറക്കുന്ന സമയം. രണ്ടു മാസം പറന്നു പോയതിന്റെ സങ്കടം സമയത്തോട് ബോധ്യപ്പെടുത്തണോ, അതോ കൂട്ടുകാരെ കാണാൻ പോകണോ, അല്ലെങ്കിൽ മുത്തശ്ശന്റെയും മുത്തശ്ശിയുടെയും ഒപ്പമിരുന്ന് കഥകൾ കേൾക്കണൊ എന്ന ചിന്തയിലാണ് റാണിയും രാഹുലും.

അതെ, വേനൽ ചൂടിനോടൊപ്പം അവധിയുടെയും അന്ത്യം കുറിച്ചു, മഴ. ആ ഒരു ദിവസം കൂടിയേയുള്ളൂ അവിടെ നിൽക്കാൻ. രാമമന ഗ്രാമത്തിൻറെ മായാജാലം കാരണമാകാം ദിവസങ്ങൾ കടന്നുപോയത് അവർ അറിഞ്ഞില്ല.. റാണിയുടെ സ്വപ്നങ്ങളും, ഓരോ വഴക്കുകളും, പിന്നെ അതിനുള്ള രസകരമായ ഉപായങ്ങളും ഒക്കെ കൊണ്ട് നിറഞ്ഞ ദിവസങ്ങൾ അവസാനിക്കാൻ പോകുന്നു. ആകാശത്തേതു പോലെ തന്നെ റാണിയുടെ കണ്ണുകളിലെ കാർമേഘങ്ങൾ ഏത് നിമിഷവും മഴത്തുള്ളികളെ തുറന്നു വിടാൻ തയ്യാറായി നിൽക്കുകയാണ്.

എന്നാൽ ഈ രണ്ടു കുട്ടികളെക്കാൾ കഷ്ടമാണ് മുത്തശ്ശന്റെയും മുത്തശ്ശിയുടെയും അവസ്ഥ, ഒറ്റപ്പെട്ടുപോയ അവരുടെ മരത്തിൽ പറന്നുവന്ന ആ രണ്ടു കുഞ്ഞി കിളികളെ പറത്തി വിടാൻ അവർക്ക് മടിയാണ്.

രണ്ടു കുട്ടികളുടെയും കുസൃതി നിറഞ്ഞ ചോദ്യങ്ങളും, പ്രവർത്തികളും ഒക്കെ അവരുടെ പൂന്തോട്ടത്തിൽ വിടർന്ന് നിൽക്കുന്ന പൂക്കളായിരുന്നു, അവയെ തലോടി കൊണ്ടിരിക്കുകയായിരുന്നു മുത്തശ്ശി.

ഗ്രാമത്തിലെ അഭിനേതാക്കളും, കളിയും, ചിരിയും, എല്ലാം പോകാൻ പോകുന്നതിന്റെ സങ്കടത്തിലാണ് നാട്ടുകാർ. നല്ല കാര്യങ്ങൾ ചെയ്യാൻ അവരോടൊപ്പം കാൽവച്ചും, കളിച്ചും, നടന്നിരുന്ന കൂട്ടുകാർക്കും ഉണ്ടായിരുന്നു വിഷമം.

അങ്ങനെ എല്ലാവരും മഴയെ നോക്കി അവരുടെ പരിഭവം പറഞ്ഞു. എന്തിനാണ് നീ പെയ്യുന്നത്..? നിൻറെ ശക്തിയിൽ അവധിക്കാലത്തേയും ഒലിപ്പിച്ചുകൊണ്ട് പോകുന്നത് എന്തിനാണ്..? അങ്ങനെ മഴയെ ഏവരും കുറ്റപ്പെടുത്തി, ഒരു കുറ്റവാളിയാക്കി.

അമ്മയും, അച്ഛനും ഏതുനിമിഷവും വീട്ടിലെത്തും.. പോകാൻ
തയ്യാറായി നിൽക്കുകയാണ് കുട്ടികൾ. ആ കൂട്ടത്തിൽ ഏറ്റവും
കൂടുതൽ സങ്കടം റാണിക്കായിരുന്നു, അവൾ ഏതുനിമിഷവും കരയും.
അവരുടെ ഒപ്പം ആ ഗ്രാമത്തെ മുഴുവൻ കാറിലാക്കി പോകാനുള്ള
പദ്ധതികൾ തയ്യാറാക്കുകയാണ് അവൾ.

അവരെ കേറ്റി വിടാനായി മുത്തശ്ശന്റെയും മുത്തശ്ശിയുടെയും ഒപ്പം
രാമു ചേട്ടനും, രഘു ചേട്ടനും, കൂട്ടുകാരും, ഗ്രാമത്തിലെ ഏവരും
ഉണ്ടായിരുന്നു. റാണിയും രാഹുലും മുത്തശ്ശനെയും മുത്തശ്ശിയെയും
കെട്ടിപ്പിടിച്ചു.

 റാണി രാമു ചേട്ടൻറെ അരുകിൽ ചെന്ന് പറഞ്ഞു "ആ ആരും
കയറാത്ത മാവിൽ അമിതമായ ആത്മവിശ്വാസം ഇല്ലാതെ കയറി
നോക്കൂ, ചിലപ്പോൾ അതിന്റെ മുകളിൽ വരെ കേറാൻ
കഴിഞ്ഞുവെന്ന് ഇരിക്കും..."

 രാഹുൽ അവരുടെ കൂട്ടുകാരുടെയെടുത്ത് ഒരു സന്ദേശം നൽകി
"ഇനിയും ഇവർ മാലിന്യങ്ങൾ ഒക്കെ ശേഖരിക്കുകയാണെങ്കിൽ
നിങ്ങൾ തക്കതായ നടപടികൾ എടുക്കണം.."

 അങ്ങനെ ആ ചുവന്ന കാർ മുറ്റത്തെത്തി, കാറിൻറെ വാതിൽ തുറന്ന്
അമ്മ മുറ്റത്തേക്ക് ഇറങ്ങി, ചുറ്റും അങ്ങുമിങ്ങും നോക്കി. കുറച്ചുനേരം
അമ്മ സ്തബ്ധയായി നിന്നു, കുട്ടിക്കാല സ്മരണകളാകാം അതിനു
കാരണം. ഏതായാലും അച്ഛൻ ഇറങ്ങി കാറിൻറെ വാതിൽ
അടച്ചപ്പോഴാണ് അമ്മ ഞെട്ടി ഉണർന്ന് പുറകിൽ നിന്ന്
എന്തൊക്കെയോ സാധനങ്ങൾ എടുക്കാൻ അച്ഛനെ സഹായിച്ചത്.

 കുറേ ബാഗുകളും പെട്ടികളും ഒക്കെ ഉണ്ടായിരുന്നു പുറകിൽ.
പോകാൻ നേരത്ത് എങ്കിലും ഏവരെയും ഒന്ന് സന്തോഷിപ്പിക്കാലോ
എന്ന ഭാവത്തിൽ രാഹുൽ അമ്മയോട് ഒരു തമാശയായി ചോദിച്ചു
"എന്താ അമ്മേ? ഇവിടെ നിൽക്കാൻ പോവുകയാണോ?
അതിനുമാത്രം പെട്ടികൾ ഉണ്ട്, അതുകാരണം ചോദിച്ചതാ..."

 അമ്മ ചിരിച്ചുകൊണ്ട് പറഞ്ഞു "എൻറെ മക്കളെ നിങ്ങൾ
അറിഞ്ഞില്ലേ, കൊറോണ എന്നു പറഞ്ഞ രോഗം നഗരത്തിൽ ആകെ
പടർന്നു പിടിച്ചിരിക്കുകയാണ്. അതുകാരണം കുറച്ച് നാളത്തേക്ക്
നമുക്ക് ഇവിടെ നിൽക്കാം.."

നാട്ടിൽ തന്നെ നിൽക്കാൻ പോവുകയാണന്നൊ..? കേട്ടത് സത്യം ആണോ അതോ സന്തോഷം ആഗ്രഹിക്കുന്ന മനസ്സ് അവളുടെ ചെവിയെ കബളിപ്പിച്ചതായിരിക്കുമൊ എന്ന സംശയത്തിലാണ് റാണി.

എന്നും സംശയങ്ങൾ ചോദിക്കുന്ന റാണി മിണ്ടാതെ നിൽക്കുന്നത് കാരണമാണോ എന്നറിയില്ല പക്ഷേ രാഹുലിന്റെ മനസ്സിൽ ഒരു സംശയം ഉയർന്നു "അപ്പോൾ പഠിത്തമെൊ.? സ്കൂളിൽ പോകണ്ടേ ?"

അച്ഛൻ ഒരു കള്ളച്ചിരിയോടെ പറഞ്ഞു " സ്കൂൾ ഇല്ലല്ലോ എന്നോർത്ത് സന്തോഷിക്കേണ്ട.. ഇനി നിങ്ങൾക്ക് ഇവിടെയിരുന്ന് പഠിക്കാം, അതിനുള്ള സംവിധാനം ഒക്കെ തയ്യാറാണ്. ഈ രോഗം മാറുന്നത് വരെ നമുക്ക് ഇവിടെ നിൽക്കാം."

സന്തോഷം നിറഞ്ഞൊഴുകി മുത്തശ്ശനും മുത്തശ്ശിയും അമ്മയെ ചെന്ന് കെട്ടിപ്പിടിച്ചു. അത് കണ്ടു നിന്ന ഏവരുടെയും മുഖത്തെ മൂടി കെട്ടിയിരുന്ന കാർമേഘങ്ങൾ മാഞ്ഞുപോയി, ഒരു തെളിഞ്ഞ സൂര്യൻ ഉദിച്ചു.

ഇത്രയും സൂര്യന്മാരുടെ ഇടയിലും ആകാശത്തു നിന്ന് ഒരു സമ്മാനം പുറപ്പെട്ടു മഴ! ഇത്രയും നേരം കുറ്റവാളിയായിരുന്ന മഴ സാഹചര്യങ്ങൾ മാറിയപ്പോൾ ആളുകളുടെ കണ്ണിൽ സന്തോഷത്തിന്റെ പ്രതീകമായി മാറി. ഏവരും സന്തോഷിച്ച് ആ മഴയത്ത് നനഞ്ഞു. ആളുകളുടെ മുഖത്തെ പുഞ്ചിരിയുടെ കിരണങ്ങളും മഴയും ഇണങ്ങി മാനത്ത് ഒരു വർണ്ണവില്ല് തെളിഞ്ഞു.

ആ തിരക്കിനിടയിലും റാണി മാനത്തെ മഴവില്ല് ശ്രദ്ധിച്ചു, അത് പ്രകൃതിയുടെ പുഞ്ചിരി പോലെയുണ്ട്. കുറച്ചുമുമ്പ് സങ്കടം നിറഞ്ഞ മുഖങ്ങളുടെ ഇടയിലും ചിരിച്ചു നിന്നത് പ്രകൃതിയായിരുന്നു, കാരണം അവൾക്കറിയാം എല്ലാം നല്ലതിന് വേണ്ടിയാണെന്ന്. ആ പുഞ്ചിരി അങ്ങനെ എന്നും നിലനിൽക്കും....

എന്നാൽ ഇതുപോലുള്ള സാഹചര്യങ്ങളൊക്കെ ഇനിയും നേരിടാൻ കിടക്കുകയാണ് റാണിയും രാഹുലും . നമുക്ക് ഇനി അവരുടെ അടുത്ത കഥയിൽ കാണാം.

———————————————